உவன்

கார்கவி

ஏலே பதிப்பகம்

உவன்– கவிதை
© கார்கவி 2021
எழுத்தாளர்: கார்கவி
முதல் பதிப்பு: டிசம்பர் 2021

வெளியீடு:
ஏலே பதிப்பகம்
5/175, பாத்திமா நகர்,
கூத்தென்குழி,
திருநெல்வேலி – 627104
தொடர்புக்கு: 9944992571

Uvan - Poetry
All Copy Rights Reserved By © Karkavi 2021
Author: Karkavi
First Edition: December 2021

Published By:
Aelay Publish
5/175, Fathima nagar,
Kuthenkuly,
Tirunelveli -627104
Phone: 9944992571

Design And Executed by

ISBN : 978-93-5533-282-0
Page : 136

இதுவும் கடந்து போகும்

இதமான தென்றல் புயலாய் மாறும்//
அளவான தேனும் நஞ்சாக மாறும்//
ஒரு துளி சர்க்கரை புளிப்பாகி விடாது//
அனைவரின் பாசம் பொய்யாகி போகும்//
இனிதே இதுவும் கடந்து போகும்//

தெளிந்த குளம் தேடி
வெள்ளி நிலா செல்வதில்லை//
மேகம் மறைக்க விண்ணைத்தாண்டி வருவதில்லை//
பூ வாசம் நுகராத மனிதனில்லை//
பூ பெயரை வைத்து மணக்கும் மனிதரில்லை//
இனிதே இதுவும் கடந்து போகும்//

ஆற்றங்கரை
அருகில் அமர்ந்து
ஓடும் நீரில்
கல்லெரிந்து
அடுத்த நாள்
விடியலை
எண்ணியவனுக்கு
இலையின் மேல்
ஓடும் நீரில் நகர்ந்த
எறும்பு கூறியது
இனிதே
இதுவும் கடந்து போகும் என்று...!

போதும்
என்று
கூறிய பிறகு
கீறிய உடலில் இரத்தம் வடிவதை
கண்டு
ஒரு சொட்டை
வாசனைப் பார்த்து செல்கிறது பூனை
வாழ்க்கையில்
மனிதனின் மனநிலை
அப்படியே...
காலம் கூறிடும்
இதுவும் கடந்து போகும்...!

சுகம் தரும் சுற்றுலா

ஏ புள்ள ராக்காயி//
சோட ஒன்னு வந்துருக்கு//
நூறு ருவா மாச கட்டி//
போறோம் புள்ள ஊர எட்டி//

மாமன் போற வண்டி புடிக்க//
மாட்டுக்கு புண்ணாக்கு தண்ணிக்காட்டு//
கோழி கூண்ட மூடி வை//
அண்ட காக்க கருமம் பண்ணாம //
அண்டாவ கொஞ்சம் மூடி வை//

கண்டாங்கி கட்டிக்கோ//
புளிசாதம் கட்டிக்கோ//
பட்டு சேலை வேணாம்புள்ள//
பச்ச சீல நாலு போதும்//

டெல்லி வர போலாம் புள்ள//
பேண்டு குழாய் வேணாம்புள்ள//
இஞ்சி மிட்டாய் வாங்கி வை//
வாந்தி மயக்கம் ஆகும்புள்ள//

பெரியவன வரச்சொல்//
பேரன என்கிட்ட தரசொல்//
மருமவளே சப்பாத்தி போட்டியா//
ஓரத்திக்கு ஒனக்கும் போட்டியா//

ராக்காயி சோக்காயி போனாலே//
ரேக்லார் சோடியா ஆனாலே//
ஆளுக்கொரு சீட்டு தாராம் புள்ள//
அழகான பூமிய தாராம்புள்ள//

ஆசுதி எல்லாம் எழுதி தர வேணாம் புள்ள//
அஞ்சு நிமிசம் அந்த காத்து போதும் புள்ள...//

மூன்றாம் பாலினம்

உலகத்தில் உயர்ந்த இனம்..!//
யாரும் எதிர்பார்க்காத இனம்...!//
ஆண் மயில் என்று சொல்ல..!//
பெண் குயில் என்று சொல்ல..!//
ஆரவாரம் பார்த்த இனம்...!//

அம்மை அப்பன் உதாசின இனம்...!//
இணைந்து பெற்ற பெற்றோர் எட்டி உதைத்த இனம்...!//
யாரும் ஏற்றுக்கொள்ளாத இனம்...!//
ஏளனமாய் உள்ளங்கள் பார்த்த இனம்...!//

சத்தியமாய் சரி தவறு அறியாத இனம்..!//
சக்கரை அட்டை பெற இயலாத இனம்...!//
சாமர்த்திய சமத்தான இனம்...!//
சக நண்பன் விலக்கிய இனம்...!//

கவலையில் கடக்கும் இனம்...!//
காலடி மண்ணைக்கூட கேவலமாய் பார்த்த இனம்...!//
ரேசன் கடைகளில் வரிசையில்லா இனம்..!//
கழிவறையில் கதவுகளில் பிரிவு இல்லாத இனம்...!//

சாஸ்டாங்கல காலடி பூக்கள்..!//
மன அழுத்த வெறுப்பு பூக்கள்...!//
ஊருக்கே உழைத்து உறவு வளர்த்த பூக்கள்...!//
உள்ளத்தில் வலி கொண்ட மறைத்த பூக்கள்...!//
உலி கொண்ட சிற்பியின் வலிப்பூக்கள்...!//
புன்னகையில் புவியை ஆள ஆண்- பெண்ணாய் பூக்கள்....!//

கருத்துகள் கவலைகள்//
ஏக்கங்கள் இயல்புகள்//
ஆசைகள் ஐக்கியங்கள்//
யதார்த்தங்கள் வாழ்த்துகள்//
கண்கள் வலித்து கண்கள் துடித்து//
ஆசை நேரத்தில்
அனைத்தையும் கடந்து செல்லும்...!//
கவலைகளில் பீதாம்பரி அழைத்த ஆண் பூக்கள்...!//
தந்தைப் பூக்கள்...!//

மகளெனும் மறுதாய்

ஆயிரம் காலத்து பயிர் செய்து//
அவளும் நானும் இல்லறம் இணைந்து//
அன்பும் பண்பும் உயிரில் கலந்து//
அந்த நாளைக்கு காத்திருந்தோம்//
அன்பெனும் மகளே என் பிரதி அவளே//

அழகிய மகளே என் அமுதே//
வான் பறந்து சென்று வந்தேன்//
வண்ண வண்ண விண்மீன் அள்ள//
வளைந்த வானவில் நெளித்து வந்தேன்//
அவளாடும் ஐம்பொன் ஊஞ்சல் செய்ய//

தூரத்து நிலவுதனை கையேந்தி கையில் வைத்தேன்//
தூரிகைக்கு மேகம் பிடித்து கயிறோடு கட்டி விட்டேன்...//
கண்ணீர் விட்ட மழை தனை //
தங்க கோப்பை கொண்டு நீராட //
நித்தம் நிரப்பி காத்திருந்தேன்//

அம்மை
உன்னை தேடவில்லை
மகளே நீ எங்கே....!//
மணமுடித்தது
மறந்து விட்டது மகளே நீ எங்கே..!//
கண்ட பெண்மணிகள் ஒற்றைக்கால் நடையில்
மகளே நீ எங்கே..!//
மனமெல்லாம் உன் தேடல்
மகளே நீ எங்கே...!//
சாலை ஓரம்
கண் கலங்கினேன் மகளே நீ எங்கே...!//
மாதங்கள் கழிந்தது
மனம் திறக்க
மகளே நீ எங்கே...!//
மல்லாந்து படுத்தாலும் மனதோடு தூக்கமில்லை மகளே நீ
எங்கே..!//
கண்ணீரில் பல பக்கம் கேள்விகள் ஆயிரம்
மகளே நீ எங்கே..!//
எதிர்ப்பார்ப்பில்
உன் தந்தை...!//

தீராத ஆசை

அவளுக்கு மிகை நிரம்பிய ஆசை//
அவள் தொப்புள் கொடி உணர வேண்டி//
கருவறை நிரம்பி பனிக்குடம் உடைய வேண்டி//
பிள்ளைதனை கையில் எந்த வேண்டி//
தாய்மையின் தீராத ஆசையது//

ஆசையினை என்னவென்று சொல்லி அழ//
புத்தன் வந்தான் சொல்லி சென்றான்//
காத்து நிற்க மனிதனுக்கு இயலவில்லை//
துறந்து எறிந்திட ஆசை விடவில்லை//
துன்பத்திற்கு காரணம் ஆசையான ஆசையோ//

துணியில்லை துளை அடைக்க ஆசை//
வானம் இல்லை வானவில் ஆசை//
கால்கள் இல்லை கட்டை வண்டிக்கு ஆசை//
சட்டை இல்லை ஒட்டுத்துணுக்கு ஆசை//
யாரின்றி யாரில்லை உறவுக்கு ஆசை//

மரம் ஏறி கிளை பிடித்து//
கனி பறித்து கடித்துண்டு//
காயா பழமா கனா கண்கண்டு//
அறிவுணர்ந்து யாரென்று
யாராலும் காணாத//
பிறர்தாரா ஆசையின்
ருசி காண்போம்....//

வயல் பரந்து விதை தெளித்து//
நீர் பாய்ச்சு களம் பரந்து//
மாடுகள் சேர்ந்து வரப்புகள் இணைத்து//
போர்குமித்து
வயிறு ஒடுங்கி தோன்றும் ஆசை...//

கலிகால புத்தனவன் ஆசையை கைப்பை கொண்டான்//
ஆசை ஆசை என்று சொல்லி//
தோப்பைக் கொண்டு மயக்கம் கொண்டான்//
தீயும் சுட்டு ஆறும் என்றால்//
தீரா ஆசை திகட்டாத ஆசையே//

துன்பம் ஒரு போதிமரம்

ஆலகால நஞ்சை தேடுகிறது மனம்//
அசாதாரணமாக நகர்கிறது சோர்வு கால்கள்//
அடுத்த நொடியை எண்ணி வருந்தும் உள்ளம்//
அச்சு முறிந்து அழுகிறது பல உயிர்//
அதோ உன் உயிர் என துரத்தும் காலம்//

ஆசையை மறக்க சொல்லி போதிக்கும் கூட்டம்//
அதே நேரத்தில் ஒன்று வாங்கினால் ஒன்று அலவசம்//
அம்மாவின் நாட்டுப்புடவையயில் நூல் பிரிகிறது//
மனைவியின் பட்டின் விலையேறிப் போனது//
வயதும் பணமும் துன்ப மர கிளையானது//

வேர் வளர்ந்து மனங்கள் மாறியது//
தூற்றியவர் பேச்சுக்கு உயர்வு விடையானது//
ஆசையை மறக்க சொன்னான் புத்தன்//
மறந்த பிறகும் துன்பம் கொண்டான் மனிதன்//
போதும் என்பதை மறந்தான் மனிதன்//

அகலப்பரந்த ஆலமரத்தில் ஆயிரம் பொந்துகள்//
அடுக்கடுக்காக பறவைக்கூட்டம் இரையின் நாட்டத்தில்//
வேடன் வர நேரம் உதவியென நரி கூறிடுமாம்//
வேட்டை ஆட திட்டம் தீட்டி மனக்கோட்டையில்
ஊஞ்சலாடுமாம்//
இதையெல்லாம் பார்த்த எலி கீழ் கீழே தோண்டுமாம்//

பறவைகள் இரைதேட வேடனுக்கு விருந்து//
பறவைக்கு உதவி செய்து நரிக்கு உண்டு விருந்து//
எலிகளோடு மண் உண்டு மானிடம் இல் இல்லாமை//
புதரோரம் பார்த்த சிங்கம் கணக்கீட்டில் காத்திருப்பு//
ஏற்றுக்கொள்ளும் இரை மறந்த உயிர்கள் எல்லாம்//

எலி தோண்ட பெரும் மரம் சாய//
பறவைகள் பறந்தன இருக்குமிடம் விட்டு//
ஏமாற்றி வாழ்ந்த நரியின் கழுத்தில் கிளை//
அனைத்தையும் தேடிய சிங்கம் மரத்தின் அடியில்//
ஆசையில் துன்பம் ஒரு போதிமரம்//

பிரிவு

கண்ணீரின் வலி நிறைந்த பிரிவு//
கானல் என்று மனதை தோற்றம் பிரிவு//
கைப்பிள்ளை போன்ற நகைச்சுவை பிரிவு//
கருவிழிக்கு இமையின் ஆறுதல் பிரிவு//
அம்மை அப்பனின் அழுகுரல் பிரிவு//

அன்புக் கணவனின் கோவம் பிரிவு//
அவதாரமில்லை தெய்வத்திடம் பிரிவு//
சந்தனமும் குங்குமமும் விதவையிடம் பிரிவு//
அம்மாச்சி இல்லாமல் ஐந்து பைசா பிரிவு//
அப்பா இல்லாமல் ஊர்சுற்றல் பிரிவு//

அவமானம் நிறைந்துவிட்டால் அமைதியே பிரிவு//
ஈரைந்து மாதத்தில் கருவறை விட்டு பிரிவு//
அந்த மூன்று நாட்களில் வலி மட்டுமே உறவு//
மூன்று நாள் முடிந்ததும் மறுமாதம் வரவு//

ஒரு நொடி தவறினால் உயிர் பிரிவு//
அன்பினில் வார்த்தை மீறினால் வாழ்க்கை பிரிவு//வானமும்
மேகமும் மழைக்காக பிரிவு//
மின்னலும் இடியும் நெல்லுக்கு பிரிவு//

*

பூனையின் வாலில் புலியின் கோடுகள்....

யாரையும் முகம் பார்த்து எடைபோடாதே //
கோவத்திற்கு எதிரி என்று எண்ணிவிடாதே //
திரும்பி செல்வதால் யானை பொறுமையயல்ல //
கோடில்லாததால் பூனை ஒன்றும் சாதுவல்ல //
பாரதி சொன்னான் சற்று பொறுத்திரு //

தைரியம் விரல்களின் நகமாக எண்ணு //
துண்டிக்க துண்டிக்க வளர்வேன் என்று //
காளான்கள் என்று எண்ணிவிடாதே //
கார் ஆண்கள் என்று மின்னிவிடு //
காலம் கண்கள் சிமிட்டி வழி கொடுக்கும்//

வழிகள் முட்களை மட்டுமே கொடுக்கும்//
காலம் கை நீட்டு தீமையை விளக்கும்//
கொடுக்கின்ற எல்லாம் நன்மையை கொடுத்திடாது//
கவலைகள் அனைத்து இனிப்பை காட்டிதான் செல்லும்//
அடிகள் அனைத்தும் பாதகனிகளாகட்டும் //

அமைதி வாழ்க்கையின் இருளின் வெளிச்சமே//
கோவம் நிறைந்தது மட்டும் வாழ்க்கையயல்ல//
நிறைகுறைகள் நிறைந்ததே வாழ்க்கை //
நீ யார் என்பதை அறிவதே வாழ்க்கை //
நிறைகுடம் மட்டும் கால தாகத்தை தீர்க்காது//

பிம்பங்கள் நிதமும் பிரதிபலிப்பில் சிரிக்காது//
நிழல்கள் நிஜமாய் மாறிவரும் நிதமாய்//
உன்னை யாரும் புரிதல் பலமே//
உனக்கென நினைவுகள் உறுதியான வளமே//
உறுதியான கோடு உனக்கு வளர்கிறதே//

மேகக்காடுகள் நாட்டை ஆளட்டும் //
நிழல்களின் சிரிப்பு அன்பில் வாழட்டும்//
நிச்சயம் நீ வாலில் புலிதான்//
மதில் மேல் நீ நின்றாலும்//
பூனையின் வாலில் புலியின் கோடுகளே//

பகுத்தறிவு

அறிவை தாண்டியது நமது பகுத்தறிவு //
தடி விளக்கி விட்டது பகுத்தறிவு //
குரங்கிலிருந்து வந்தவர் நாம் //
நரை தாடி விளக்கியது பகுத்தறிவு //

மனிதம் காத்தது பகுத்தறிவு //
மூத்திரப்பை சுமந்தது பகுத்தறிவு //
நம்பிக்கை கொண்டது பகுத்தறிவு //
மூட நம்பிக்கை தவிர்த்தது பகுத்தறிவு //

பொய்களை புறம் தள்ளியது பகுத்தறிவு//
மெய்பொருளை கண்டறிவது பகுத்தறிவு //
அறிவை பகுத்து அறவது பகுத்தறிவு//
சுய புத்தியில் நன்மை தீமை காண்பதும் பகுத்தறிவு//

கடவுளை மற மனிதனை நினை பகுத்தறிவு//
யார் சொன்னாலும் ஆராய் பகுத்தறிவு//
பெண்ணின் அடிமையை விளக்கிடும் பகுத்தறிவு//
மானத்தின் அழகையும் அறிவின் அழகையும்//
அறிவு நிறைந்த மாந்தரிடம் நிறைத்த பகுத்தறிவு//

புத்தியும் பொது அறிவும் செயல்பட செய்//
எதிர்ப்பார்ப்பை உணரவைத்தது பகுத்தறிவு//
மொழியின் அறிவு பகுத்தறிவு//
மூடர்களின் அறிவிலும் பகுத்தறிவு//

பொதுவுடமை கூறிடும் பகுத்தறிவு//
மற்றவரை உற்றவராய் பகுத்தறிவு//
மாட்டுக்காரனுக்கும் கோவணம் பகுத்தறிவு //
சுட்டப்பழம் அறிவானது பகுத்தறிவு//

கூடு திரும்பும் பறவை

எதை தேடி சென்றது பறவை //
இரை தேடி அயர்ந்தது பறவை //
பணம் தேடி பறந்தது பறவை //
பிணங்கள் ஆன போதும் சுரந்தது பறவை //

இழந்த உறவை காண வரும் பறவை //
கிடைத்த பொருளை நிரப்ப வரும் பறவை //
தேங்கிய கண்ணீரை பொழிய வருகிறது பறவை //
தாங்கிய தாங்கலை இறக்க வருகிறது பறவை //

இழந்த அன்பை ஏற்க வருகிறது //
இறைவனை வெறுத்து இயல்பை பெறுகிறது //
வறுத்திய உடலுடன் திரும்புகிறது பறவை //
வகை வகையான பண்டங்களுடன் பறவை //

திருமணம் மறந்து வருகிறது பறவை//
இருமணம் பிரிந்து வருகிறது பறவை //
அப்பா என கேட்க விரைந்தது பறவை //
இல்லாத பெற்றோரின் புகைப்படம் காண வருகிறது //

எதை தேடி வருகிறது இந்த பறவை //
இல்லாத அன்பை இன்முகத்துடன் ஏற்க //
வாங்கிய கடனை வட்டியுடன் கொடுக்க //
வசை பாடியவர்களின் வாயடைக்க //

எதை தேடி வருகிறது இந்த பறவை //
நரைத்த முடியை மறைத்து வருகிறது //
இழந்த வயதினை தியாகமாய் நினைத்து வருகிறது//
தங்கையின் திருமணத்திற்கு ஓடி வருகிறது //
தளங்கள் இரண்டை திறந்து வைக்க வருகிறது //

சிறகுகள் இரண்டும் ஓய்ந்த பறவை //
அனைத்தையும் இழந்து சிரித்த பறவை //
ஆர்வமுடன் கூடு திரும்பும் பறவை //

ஒருதலைக்காதல்

அழகிய தேடலில் அனுபவம்தானே காதல்...!//
பார்த்த பர்வையில் காதல் பாய்ந்திடும்...!//
ஆணுக்கு தெரியாத அவள் பார்வை..!//
பெண்ணுக்கு தெரியாத அவன் பார்வை...!//

தோழியும்,தோழனும் அறியாத காதல்...//
தாய் தந்தை நட்பாய் நினைத்த காதல....//
உறக்கங்கள் இல்லாத உன்னத காதல்...//
உறவுகளில் இல்லாத உயர்ந்த ரக காதல்...//

மறைந்த பார்வைகளில் கரைந்த காதல்..//
மலரும் நினைவில் முந்திக்கொண்ட முதலிடம் காதல்...//
கண்ணீரில் கரைபுரண்ட தடாகக் காதல்..//
தண்ணீரில் விரல்படாத விரதக் காதல்..//

பட்டாம்பூச்சிகளின் பிறப்பிடம் காதல்...//
நேர் நின்று வினவாத பட்டிமன்றக் காதல்..//
நட்பில் தோன்றி வேர் ஊன்றும் காதல்..//
நட்பே எதிர்க்கும் நல்லோர் மனக்காதல்..//

உடல் வருத்தி உயிர் போக்கும் காதல்...//
உயிருக்கு உயிர் என்று பறைசாற்றும் காதல்..//
உடுத்திய துணி அவளுக்கான காதல்..//
உதறி எறிந்த இனிப்புதாளில் காதல்..//

ஓயாது நிழலான உயிருக்கு உயிர் காதல்..//
உதாசினப்படுத்தியும்ஒரு சிரிப்பு காதல்..//
விரும்பியவன் வெறுத்தாளும் விரும்பிடும் காதல்..//
விரும்பியவளை விட்டுக் கொடுக்கும் ஒருதலைக்காதல்..//

பூங்காவின் நாற்காலி

போதுவான இடம் கிடைத்து விட்டது...!//
பொருத்தமான இடம் பார்த்து மக்கள் அமர்ந்து விட்டது...!//
யார் அங்கே விளக்கின் கீழ்..!//
யார் அங்கே புதரின் பின்..!//

யார் அங்கே பிள்ளைகளின் அரட்டையில்...!//
யார் அங்கே யாருமில்லாமல் கண்ணீர் அருவியில்..!//
யார் அங்கே வாட்ச்மேன் அருகில்..!//
யாருமில்லை இதுவரை என் அருகில்..!//

விட்டில்களுக்கு சொந்தமாக விளக்கு கிடைத்தது...!//
கொட்டிய மணல் முட்டுகளுக்கு குழுந்தைகள் நிறைந்தது..!//
காந்தி சிலைக்கு விளக்கு இல்லாமல் போனது...!//
கடைசி இருக்கையில் காக்கைகளில் எச்சம் நிறைந்தது...!//

தடிபிடித்த தாத்தாவின் துணை வெற்றிலை குதப்பலில்...!//
பஞ்சாங்க மேதைகளின் நாற்காலி அபகரிப்பில்...!//
நடைபாதை குழந்தைகளின் அபகரிப்பில்...!//
பச்சை வண்ண இலையும்,சிவப்பு பூக்களும் பூப்பு...!//

எழுத்தாளன் கற்பனைகளில் ஒரு பக்கம்...!//
எடுத்தெறுந்து பேசும் கணவன் பேச்சுக்கள் ஒரு பக்கம்...!//
காதல் மழை சாரல்கள் ஒருபக்கம்..!//
கடந்த பாதையை பேசும் முதியவர்கள் ஒரு பக்கம்...!//

கனவுகளில் நிறைந்த மனங்களின் நிறைவு...!//
காரணமில்லாத கடவு சொல் மாந்தர்கள் பலர்...!//
கவலைகள் மறந்திட காலடி வைத்தவர் பலர்...!//
காதல் சேர,மறைய காலடி வைத்தவர் பலர்...!//
இன்பம் கொள்வோம் இனிய பூங்கா நிழல்களில்....!//

வசியமாக்கும் வலையொளி(Youtube)

விரலுக்கு இடையில் சிக்கியது இதயங்கள்…!//
பார்வைகளை ஆட்கொண்டது ஆறங்குலப் பெட்டி…!//
கட்டை விரல்களுக்கு கடுக்கும் வரை வேலை…!//
கண்ணில் நீர் வரும் வரை ஆட்கொண்டது ஆளை…!//

அன்பைக் கொட்டவும் அதுவே திறக்கப்படுகிறது…!//
ஆத்திரத்தை குறைத்து கொட்டவும் அதிலே பாடம்
எடுக்கப்படுகிறது…!//
விளையாட்டு பிள்ளைகளின் செவ்வக பொம்மை…!//
வீதி நிறைய சந்தாதாரின் நிழல்கள்…!//
விருப்பங்கள் வெறுப்புகளின் விரல் நுனி மனங்கள்…!//

ஐந்துவயது பிள்ளைகளின் அடிக்கடி பொம்மை…!//
ஆறறிவு மனிதனின் ஏழாம் அறிவின் கதவு…!//
அந்த வலையில் சிக்காத மீன்கள் இல்லை…!//
அழகு குறிப்பு காணாத பெண்கள் இல்லை…!//

காதல் காட்சி விருப்பங்கள் ஆயிரம்….!//
காமப்பாடல் விருப்பங்கள் ஆயிரம்…!//
பக்திமயம் நிறைந்த சந்தாதாரம் ஆயிரம்…!//
சற்றும் வலை நுழையாதோர் ஆயிரம்…!//

இயற்கையில் புகழ்ந்துப்பாட முதலில் சொடக்கு சந்தாவை…!//
உனக்கு கருத்து தோன்றிவிட்டால் உடனே துவங்கு சந்தாவை…!//
ஆயிரம் ஒலிவரிசை பெட்டிக்குள்ளே…!//
அனைத்தையும் பத்தாயிரமாய் சட்டைக்குள்ளே…//

பத்தியமாய் பார்த்த மக்களுக்கு வைத்தியம்…!//
காலம் பாராத கைப்பொருளாக ஏற்ற மனிதர்கள் பைத்தியம்…!//

பிடித்திருந்தால் வரிசை தனை சொடுக்கவும்….//
வசையின்றி ஆரோக்கிய பின்னொட்டம் கொடுக்கவும்…!//
எட்டிப் பார்ப்போர் பாவம் பகிர்வு கொடிக்கவும்…//
அதற்கு முன் சந்தா தனை சொடுக்கவும்…//

அன்புள்ள ஆசானுக்கு..!

வணக்கங்கள் கோடி சொல்வேன் ஆசானுக்கு..! //
முட்டாளை பிறந்தவனுக்கு முதுகலை கொடுத்ததற்கு //
கேளிக்கை பேசியவர் முன் பட்டங்கள் சிறப்பதற்கு //
சாகச பிள்ளைகள் எனக்கு இனி பிறப்பதற்கு //

அன்புள்ள ஆசானே ஞாபகம் உள்ளதா //
அரசியில் 'அ' சொல்லியது ஞாபகம் உள்ளதா //
ஐந்தாவது படிக்கும் வரை அறை ஆசான் நீ ஞாகபம் உள்ளதா //
ஐந்து வரை அளவுகோலில் அடி ஞாபகம் உள்ளதா //

தமையனும் தமக்கையும் உன் அறிவு விதை //
ஆயுள்வரை குறையாத அறிவே விதை //
அப்பன் அம்மை அறிவினை கூர்தீட்டி விட்டாய் //
ஆயிரம் பரிசில் பெற அன்பாய் கற்று தந்தாய் //

ஆலமர ஓரத்தில் ஏழாம் வகுப்பு பயின்றேன் //
வேப்ப மர நிழலில் ஏப்பம் விட்டேன் எட்டாவதை //
இலக்கிய பாடத்தில் இதுவரை தோற்றதில்லை //
தேற்றினாய் என்னை முழுதும் அறிவு ஊற்றினாய் //

நலமா வளமா மதிப்பிற்குரிய ஆசானே //
மூக்கு கண்ணாடி சுகம் தானா ஆசானே //
கைத்தடி பிடித்ததா கேள்வி கொண்டேன் //
என் மகன் உன் கற்றல் பெற விழைகின்றேன் //

அந்த மூலை வகுப்பறையில் வினாவிடை ஞாபகங்கள் //
வருகை பதிவேட்டில் வராத நாட்களின் நினைவுகள் //
யாரெல்லாம் உன் புகழ் அறிந்தார்கள் //
உனது கற்றலில் புத்தகங்கள் புரிந்தேனே //

எழுதாத தேர்வு

தேடும் இருளுக்கு   நிலவின் ஒளி //
எட்டித் தொடும் அலைக்கு நிலா //
மிஞ்சிய பசியை போக்கும் பூனை //
கெஞ்சிய யாசகனின் தட்டில் நூறு //

வெற்றிக்கு தேர்வுகள் அவசியம் இல்லை //
கேள்விகளில் வாழ்க்கையும் இருப்பதே இல்லை //
ஆம் எழுதிவிட்டேன் தேர்வை //
யாரும் காணாத புது விடையை //

கடல் முழுதும் வெளிச்சம் இல்லை //
அலை தொலைவில் நிலவின் எல்லை //
அறிதலும் புரிதலும் வாழ்வியல் தந்திரம் //
கிடைக்காதது கிடைத்தால் இயல்கையின் மந்திரம் //

இருக்கும் இடத்தில் இயற்கை வராது //
எல்லாம் உனக்கென உறுதியாய் தராது //
உழைத்திடு அனு தினம் விழிப்போடு //
வெற்றிகள் கிடைத்திடும் உன் கையோடு //

 முன்னேற்றமில்லாத நேரத்தில் படிகள் நூறு...!
முத்தம் வேண்டிய நேரத்தில் விளக்கு எரிதல்...!
விட்டில்கள் காட்டில் வியிப்பான மின்னல்கள்...!
வீசி எறிந்த வலையில் திமிங்கல குட்டிகள்..!

வியப்பான தருணத்தில் கையில் இனிப்பு..!
கவலையின் உச்சத்தில் உப்பில்லாத கண்ணீர்...!
ஊசிகளின் துளையில் உள்ளங்கை ரேகை...!
உறுதியான மனதில் கண்சிமிட்டும் குழந்தை...!

காலத்தை நோக்கி தேர்வை சந்திப்போம்...!
எழுதியும் எழுதாத வாழ்வியல் தேர்வுகளை கடப்போம்....!

அவளதி(ல்)காரம்

ஆயிரம் காலத்து பயிர்
ஆம்
அனைத்தையும் ஏற்று
ஆவலான காதலில் திளைத்து
அன்பும் கோவமும்
இணைந்து பினைந்து
வாழ்வை புனைந்த அவள்....

அழகான கணவனின்
ஒட்டுமொத்த அன்பை ஏற்று
வாசல் நின்று கையசைத்தாள்..

அன்று மாலை அடைமழையில்
ஏய்....!
நான் யார் தெரியுமா
நீ தொட்டு தொட்டு
செல்கிறாய் என் கணவனிடம் சொல்லவா..
சிலிர்த்து சிலிர்த்து சொல்கிறேன்
தொடுவதை நிறுத்திக்கொள்..
என் கணவன் வந்தால்
அவ்வளவுதான் உன் நிலை..
உனை பிடித்து அடைத்து
அவ்வப்போது
தீர்த்துக் கொள்வேன்
எனது தாகத்தை...

வீட்டில்
யாருமில்லாத நேரத்தில்
கொட்டிய மழையிடம்
கட்டிய முந்தானை
நனைந்த பிறகு
பேசுகிறாள்
அவள்...!

கணவனை
பலமைல் அனுப்பி நகலை
அடிவயிற்றில்
சுமந்த சூல் அவள்...

					உவன்

கரை சேராத காதல்

ஆரம்ப பள்ளியில் தொடங்கி
அந்த நாலனாவின் இரண்டு மாங்கா துண்டுகளில் ஒருமுனை
மறுமுனை கடித்து ருசித்த காதல் அது...!

கையில் பூவோடு சைக்கிள் மிதித்து
பார்க்கும் இடத்தில் எல்லாம் அவளின் தடங்கலாக
எண்ணியவாறு
பச்சை ரோஜா பாதி ரோஜா ஆகும் வரை
தலைப்பொடுகை தட்டிக்கொண்டே அவள் வழித்தேடி செல்லும்
காதல்.....!

தான்தான் கல்லூரி முதல் மாணவன் என்று சொல்லி முடித்த
அடுத்த வினாடி
இரண்டாவதாக கல்லூரி பாதையை கடந்து செல்கிறாள் அவள்...
அனைத்து கொள்கையையும் எடுத்த பேருந்து டிக்கட்டுடன்
கசக்கி தூக்கி எரிந்து விட்டு பயணிக்கிறான்...!
காதலையும் ஆறு பருவத்தையும் அவ்வப்போது
எழுதிக்கொண்டே....!

எத்தனை காலம் ஆயினும் உனக்கு நீ எனக்கு நான் என்ற
வார்த்தைகள் மறுபதிவு எடுக்கிறது..!
அந்த முதல் நாளில் ஆசை தனை மூலையில் வைத்து
இடைவிடாத மழை கொட்டி தீர்க்கிறது..!

கண்ணீரில் சேரும் காதலியின் எண்ணத்தில் துளிகளின் சேராத
படகாய் அலைமோதுகிறது இந்த காதல்...!

மகான் காந்தி மகான்

சத்திய சோதனை
ஆம்
சத்திய சோதனை
துணி களைந்து
கதர் உடுத்தி
குச்சி ஏந்தி
அகிம்சை கண்டவனுக்கு
கிடைத்தது
சத்திய சோதனை....

நாடு கண்டு
மக்கள் கண்டு
ஆங்கிலேயனின் கண்ணில் பயம் கண்டு
சுதந்திரம் பெற்றது
சத்திய சோதனை.....

நடைபயண காலம் உண்டு..
கிடைத்த உணவில் ருசி கண்டு
இல்லறம் மறந்து
ஏதோ ஓர் மூலையில்
ஆடையில்லாதவனுக்கு
ஆடை நெய்தவர்
அனைத்தையும் எழுத்தில் வடித்தவருக்கு
சத்திய சோதனை......

பிறப்பில் குழந்தை மணம்/
பள்ளிகாலத்தில் துயரமான சம்பவம்/
கணவனதிகாரம் திருட்டின் பரிகாரம்/
தந்தையின் மரணம் உடன் அவமானம்/
சமய அறிவில் தோன்றிய உதயம் /உடன் போன இங்கிலாந்து
பயணம்/
சாதி கட்டுபாட்டில் முடிவாக லண்டன்/
ஆங்கில கனவானாக நடிப்பு உடன் மாற்றம்/உணவின்
சோதனையில் கூச்சமும் பாதுகாப்பும்/
பொய்மையின் ரணம் காரணம் சக்தியின்மை/
தொடர்ந்தது முதலை தாண்டி இரண்டாம் பாகம்/

ஆம்
சத்திய சோதனை
மகானுக்கு காந்தி மகானுக்கு/

கோவத்தின் பிரசவத்தில் முட்டாள் பிறந்தான்

ஆடி ஓடி
ஓய்ந்த அன்னை
அயர்ந்த வேளையில்
வந்தது வலி
அடுத்த மாத பிரசவத்தை எண்ணி...

அரக்க பரக்க
ஓடிப் பாய்ந்த
அப்பன்
நேரம் குறைத்து
இழுத்தான் ரிக்சாவை

அம்மா வலி என்றவளை
அழகாக தூக்கி ஏற்றி
அடுத்த அங்குலம்
இடித்தது
வண்டியில் ரிக்சா...

அடித்த கணம்
பிரசவம் முடிவுற்றது
வலியில் துடித்தவளுக்கு அல்ல
கோவத்தின்
பிரசவத்தில் பிறந்த கணவனுக்கு.....

மாறி மாறி மார் தட்டிக.கொண்டே
கோவத்தின் பிரசவத்தில் முட்டாள் பிறந்தான்...

அடுத்த மூன்றாவது நொடியில்
அறிவாளி பிறந்தான்,....

மாயமான அஞ்சல்(அ) தபால்

நேற்று முடிந்த ஞாயிறுக்கு
கையசைத்து விட்டு
விடிந்தும் விடியாமல்
அம்மாவின்
சமையலறையில் தபேலா சத்தங்களும்
அப்பாவின் அறையில் மடிக்கணினி அழுத்த ஓசைகளும் காதில்
விழ..!

கையில் தடியேந்தி
கண்ணீர் விட்டு வார்த்தைகளை எல்லாம்
வெள்ளைத் தாளில் நிறைத்து
கதவு திறக்கும் நேரம் வரை காத்திருந்தார் தாத்தா....!

பல வருடமாய் மூடியிருந்த
மஞ்சள் கார்டு கடையின் வாசலில்...

தரிசு நிலம்
 தவறாமல்வந்து செல்லும் கறவை மாடுகள்
கட்டி வைக்கப்படும் பட்டி ஆடுகள்...

அவ்வப்போது நிறுத்தப்படும்
பசியாறும் வாகனங்கள்...

ஐந்து மாடி வீட்டிற்கு
ஐந்து மாதமாக கொட்டி வைத்த
கருங்கல் செல்லிகள்...

ஊரிலுள்ள அம்மாக்கள் துவைத்த
வண்ணாப் புடவைளின் தோரணம்.....
வெளியூர் வியாபாரியின் பொம்மைக்கடை...
மாலையில் காளையர் நிறைந்திடும்
இரண்டு அங்குல பானிப்பூரி வண்டிகள்
என....

அனைத்து செய்திகளையும் பிழையில்லாமல்
வரி நிரப்பிகிறது
பல வருடம் முன் இடித்த தபால் நிலையம்...

மழைக்கால நிலவு

ஆயிரம் பௌர்ணமிகளை ஏற்ற வானில்/
சிறு கவர்ச்சி நட்சத்திரங்கள் மின்னி திரிய/
அகலப்பரந்த அஞ்சுக மலரிவள்/
மார்போடு எனை கவர்ந்து மையல் கொண்டவள்/

கும்மிருட்டு கூண்டுக்குள்ளே குளிர்பனி சாரல்/
கொஞ்சம் அருகில் அமர்ந்திடும் பெண்மையின் சாரல்/
துவண்டிடும் மாலையின் துளிர்பை வழங்கிட/
தூரலிடுகிறது மேகம் மழை பொழிவாய்/

மதியவள் நனையக்கண்டு மாறனோ வற்றிப்போனேன்/
தூரலிடும் சாரல் மழையாய் நீயே/
தூரத்து அழகே துயில் கொண்டிட வரவே/
குளிர்களின் மொத்த கூட்டல் நீயே/

குருதியும் குழுலும் சிலிர்த்திடும் வேளையானேன்/
சிலையே மலரே சிலிர்க்கும் பனித்துளி ஆனேன்/
சிரித்திடு சிந்தனையில் பறித்திடும் நிலவே/
கரையா காரில் மனம் கரைந்திடும் நிலவே/

என் வீட்டு அன்பை எடுத்து
போர்வைகள் நான் செய்தேனே/
இதயங்கள் கிழித்துனக்கு குடை நூறு நானும் தருவேனே/
கானலிலே நீ உருகி
கானலை அழைத்தாயோ/
கண்ணகியின்
கடைசி உறவே கார்முகிலை கண்ணத்தில் வைத்தாயோ../
காதலாய் கண்ணீர் கொண்டு கடிமலரே/
நீ என்னை நிதம் நீதம் நனைத்தாயோ/
உனை இன்றி பாரில்லை
நானாகி போவேனே/
நனையாதே
பேரழகே
மழைக்கால கயல்நிலவே/
நனைகிறேன் காதலில்/
வா என் மழைக்கால நிலவே/

கண்ணானக் கண்ணே..!

இரவு ரெயில் ஏறி
போதுமான இடம் பிடித்து
பகலில் பட்டினத்தை சேர்ந்த வேளையில்
ஒரு சொட்டு
குருதிக்காக
ஒரு சொட்டு நீரும்
அருந்தாமல்
ஒரு மணி நேரம்
முன்னமே
எழுந்து காத்திருந்தாள்
அம்மா...

அடுத்த அரைமணி நேரத்தில் நளபாகம் தீர்த்து
வாகனம் எழுப்பி
சில கிலோமீட்டர்களை கடந்த மருத்துவமனையைப் பார்த்து

"ஏன்டா பெரியவனே இவ்ளோ பெரிய கடையிலயா எனக்கு
கண்ணாடி வாங்க போற"

"ஏயா அப்படியே அப்பாவுக்கும் கண்ணாடி வாங்குயா..!"

'எப்ப பாரு அந்த ஓட்ட ரேடியோவ நோண்டிகிட்டே இருப்பாரு
அந்த மனுச"

அம்மையின் கரிசனம்
கேட்டதும் சிரிப்பை அடக்கி கொண்டோம் நானும் அண்ணனும்...

அயராத பல அலைச்சல்களுடன்
அம்மாவின்
அறியாமையில்
அவ்வப்போது
நகர்ந்தது
அடுத்தடுத்த
மருத்துவமனை நொடிகள்...!

மகளுக்கு ஒரு மடல்

அன்பு மகளே ஆசைக்கடலே/
எனது மரபணு விதையே/
அன்பின் ஆலக்கனியே/
ஆழ்கடல் அன்பு முத்தே/
அறியாத அறிவின் பித்தே/

தென்தமிழே என் தேன்தமிழே/
தினம் தினம் தேடலில் உன் நினைவு/
மாத மாத கருகலைவில் உன் மறைவு/
என்று நீ என்னுடன் நடைபயணம்/
காணவேண்டும் கைகோர்த்து புது சனனம்/

அம்மை உன்னை தேடவில்லை/
அற்புத மகளே நீ எங்கே/
மணமுடித்தது மறந்து விட்டது/
கண்ணான மகளே நீ எங்கே../

கண்ட பெண்மணிகள் ஒற்றைக்கால் நடையில்/
மனம் தேடும் மகளே நீ எங்கே/
மனமெல்லாம் உன் தேடல்/
மயில் தோகை மகளே நீ எங்கே/

சாலை ஓரம் கண் கலங்கினேன்/
சான்றான மகளே நீ எங்கே/
பல மாதங்கள் முறுவலில் கழிந்தது/
கண்மணி மகளே நீ எங்கே/

மல்லாந்து படுத்தாலும் தூக்கமில்லை/
மார்பில் துள்ளிட மகளே நீ எங்கே/
கண்ணீரில் கேள்விகள்ஆயிரம்/
மறித்து மறுத்தேன் மகளே நீ எங்கே/

எதிர்ப்பார்ப்பில் உன் தந்தை/
எழுதுகோலாய் என் மகளே/
என்றென்றும் தேடலில்/
எழுதுகிறேன் மடல் மகளே/

திசை மறந்த பறவை

உலகின் விளிம்புவரை ஓடியலைந்தேன்/
ஒய்யார மெத்தனங்களில் காலம் கொண்டேன்/
காதல் சற்று தூரத்தில் கண்ணீர்க்க/
காந்தம் தனில் குண்டூசியாய் நான் விழுந்தேன்/
வாழ்க்கை படி வழுக்குமாம்/

வாசல் வரை எட்டிப்பார்த்தேன்/
கடந்தவனெல்லாம் நகைத்து சென்றான்/
காசா பணமா அழுந்தி வடிந்தான்/
கானல் கடல் கண்முன்னே நிரம்பியது/
காதலும் படகின் துடிப்பில் துடித்தது/

சென்றிடலாம் உலகை வென்றிடலாம்/
காசா பணமா சிறு வாழ்க்கைதானே/
கடுகளவு காணாத கண்ணீர் மழை/
கரைந்த மொத்தம் நான்கு திசை/
கரைவோம் வேறென்ன பலன்/

காடு தாண்டி மனம் முளைத்த கதையானது/
வாழ்க்கையில் திசை மறந்த பறவையானது/
இறகுகள் இறுகிபோய் நாட்களாக/
நான் மட்டும் இரும்பிலா வந்து போக/
அடிக்கட்டும் புலனாகா கானல் மழை/

தூரக்கடலில்
விளக்குகள் கம்பம் சாய்க்க
ஒருகையில் உணவேந்தி
மறுகையில் நாய் பிடித்து
இரட்டைக்கால் பிடரி பட
நாய் தோற்க்கும்
ஓட்டம் பெற்றேன்
சற்று அறியாமல்
ஏளன பார்வையை
அவ்வப்போது
கண்ணில் குத்திகூறிட்டது
கலங்கரை விளக்கிய ஒருவரும்
திசை அறியாத பறவை

பூமியை வாழவிடு

சின்னதொரு கோளம் பூமியை வாழவிடு/
புதுயுகம் படைக்கட்டுமே பூமியை வாழவிடு/
நெகிழியில் பிறப்பு வேண்டாம் பூமியை வாழவிடு/
பூக்கள் ஆனது காகிதம் பூமியை வாழவிடு/
புன்னகை மண்ணுக்குள் -இனி பூமியை வாழவிடு

விண்வெளியில் துளை கண்டேன் -பூமியை வாழவிடு/
வளியான வலிகளின் வடுக்கள் -பூமியை வாழவிடு/
மூச்சு அடைக்க காற்றில் மாசு -பூமியை வாழவிடு/
கழிவுகளில் கண்ணீரும் சேர்ந்தது-பூமியை வாழவிடு/
குப்பைகளில் புது வாழ்வு-பூமியை வாழவிடு/

கடல் உப்பில் இறப்பின் உவர்ப்பு-பூமியை வாழவிடு/
நிமிர்ந்த வானம் வெறுமையின் சிறகில்-பூமியை வாழவிடு/
நான்கிரண்டு கால்கள் இறப்பில்-பூமியை வாழவிடு/
எடையேறி வலிசுழற்சியில் பூமி-பூமியை வாழவிடு/
உருகிய நீரில் ஊரெல்லாம் ஓலம்-பூமியை வாழவிடு/

மரமுண்டு காற்றில்லை-பூமியை வாழவிடு/
இடமுண்டு நீரில்லை-பூமியை வாழவிடு/
பசியுண்டு ஆகாரமில்லை-பூமியை வாழவிடு/
மனிதனுண்டு வாழ்வாதாரமில்லை-பூமியை வாழவிடு/
மூச்சில் சிறு பயம்-பூமியை வாழவிடு/

மன அழுத்தத்தில் புவிசுழற்சி-பூமியை வாழவிடு/
முதலாளியும் தொழிலாளி-பூமியை வாழவிடு/
உயர்ந்த கட்டிடத்தின் ஓரத்திலும் குடில்-பூமியை வாழவிடு/
இலையிட மரமுண்டு விதையில்லாத பூமியை வாழவிடு/
சுகருக்கும் சூட்டுக்கும் பழகிபோனது பூமி/
இயற்கை பேரழிவில் இதயம் பலகீனமானது/
ஆற்றிவு மக்களுக்கு அறிவு எங்கே போனது/

#எண்ணம் போல் வாழ்க்கை

மடைகட்டி வைத்தாலும்/
உடைபட்டு கொடுக்கும் ஆற்று நீர்...!/
குடைகொண்டு போனாலும் /
சிறு தெளிப்பில் ஈரம் செய்கிறது மழைத்துளி...!/
சிறு பானை சோறாகினும்/
 பத்துருண்டை பிடித்து வைப்பாள் அம்மை...!/

கால்வலி நிறைந்தாலும் /
இரண்டாவது மூட்டையை முதுகில் ஏற்றக்கூறும் அப்பன்...!/
இத்தனையும் சிறந்து விளங்கி நிற்பது ஏன்.../
ஈடில்லா அன்பை தேடி செல்வது ஏன்.../
ஒரு பிடி சோறானாலும்/
பகத்துண்டால் திண்ணம்/

காதம் கடந்து சென்றாலும்/
கால தடம் எறும்பை கொள்ளாதே/
ஒரு துளி நீரினுள்/
பலர் தாகம் மறக்க செய்/
பத்து பேர் மத்தியில்/
ஒத்தையாக வாழ்ந்து மடியாதே/

கடற்கரை மண் அமர்ந்து/
உப்பில் கோட்டை கட்டாதே/
உழைப்பை குறுதியில் கலந்திடு/
உறுதியில் நெஞ்சில் பதிந்திடு/
தடங்கள் புதிதாய் மாற்று/
உயிருக்கு உண்மையை பாதையாக்கு/

எல்லாம் பெற்றிட எண்ணம் அழகு கொள்/
எதற்கும் அஞ்சாதே எண்ணத்தில் தைரியம் கொள்/
அச்சம்தனில் அமைதி வேண்டாம் ஆகசிறந்த திமிர்கொள்/
எல்லாம் வசப்படும் எண்ணம் சீர் கொண்டால்/
இப்படியே வாழ்ந்திட வா/
நம் எண்ணம் போல் வாழ்க்கை/

கடலோர காதல்

நிலவோடு கொஞ்ச சென்று
நீ நான் என பேசிக் கொண்டு
விரல் மீட்டலில் இசையும் உண்டு
இதோ இரு சீவன்களின் இதயமிரண்டு/

நண்டுகளுடன் போட்டிகளும்
அலைகளுடன் கண்ணாமூச்சியும்
மண் அள்ளி மஞ்சளாய் பூசியும்
காதல் கோலம்
இந்த கடற்கரையோரம்.../

செவ்வானம் அழைப்பு விடுக்க
செந்தமிழில் கவிப் படிக்க
காதல் தாளம் அலை கொடுக்க
கர்சனையில் கரை தட்டியது இளம் காதல் அலைகள்/

தென்னைகளில் கிற்றில் காற்றும்
தூரச்சிட்டுகளின் சினுங்கிடும் பாட்டும்
வண்ணத்துப் பூச்சிகளாய் கன்னம் தொட
கால் தடத்தில் வரலாறு மிச்சம்
இந்த கடலலை சொல்லும் காதலின் உச்சம்/

உணர்ந்த பிறகு அறிவு

மதிப்பில்லாத இடத்தில் மதி மறந்தும் நின்றுவிடாதீர்...!
பிழைப்பில்லாத இடத்தில் பொழுது போக்கி செல்லாதீர்கள்....!
யாருக்கும் உதவி செய்ய மதி இழந்து சென்றுவிடாதே...!
பயன்படுத்துவோர் உலகம்..பட்டினியில் தட்டில் கூட பணம்
தேடும்....!
பஞ்சை அணைக்காமல் நீரை ஊற்றிருக்கலாம்...!
நடந்து செல்லாமல் சற்று அமர்ந்தே இருந்திருக்கலாம்...!
இரவில் தூங்காது பகலில் தூங்கிருக்கலாம்...!
கேள்வி கேட்காது பதிலை தேடியிருக்கலாம்!
விளக்கம் கேட்காமல் அறிவை வளர்த்திருக்கலாம்...
செருப்பை மாட்டாது மணல் பகுதியில் சென்றிருக்கலாம்...!
வெயிலில் அமராது மழையில் நனைய பழகியிருக்கலாம்...!
புத்தகம் வாங்காமல் பேனா பிடிக்க கற்றிருக்கலாம்...!
காலம் நம்மை ஒன்று மாற்றி ஒன்றை வாய்ப்பாக
யோசிக்க வைத்துக்கொண்டேதான் இருக்கிறது...!

வாழ்வோம்..இன்றிலிருந்தாவது....!

வாழ்வான வாழ்வு

தூரலோடு ஆடிபாடு...
ஆசையோடு ஆ வின் பாடு...!

அங்கும் இங்கும் துள்ளி ஆடு...!
 ஆ க்கள் நிறம்பும் களத்தில் காடு...!

புதைத்த கருத்து பாட்டில் கொட்ட...
காலம்,காதல் மீறும் கோட்டை..!

அவ்வப்போது நூலகங்கள் நினைவுபடுத்தி செல்கின்றன....!

நீ நினைத்தது ஒன்று...!
படித்தது ஒன்று....!
எடுத்தது ஒன்று...
பிடித்தது ஒன்று...!

முடித்தது ஒன்று...!
குறைத்தது ஒன்று...!
கிடைத்தது ஒன்று..!
திகைத்தது ஒன்று...!
இவையெல்லாம் என்று..!

காலத்தின் கண்மூடித்தனம்

கண்மூடித்தனமான முடிவுகளுக்கு
காரணமாக அமைவது
யார் சொல்லியும்
ஏற்காத உண்மையே...!

விடாப்பிடியான மேகக்கூட்டம் தான் விரிசல் பட்டு மழைத்
தூவுகிறது...!

மனம் தானே சற்று இலகுவாக முயற்சி செய்வோமே...!
யாருக்குதான் இல்லை கவலை....
யாருக்குதான் இல்லை மழை...
இயற்கையை மாதிரி கொண்டு..
வாழப் பழகுவோம்..

உலகம் உனக்காக எப்போதும்.உருள்வது இல்லை...!
உன் நடைபயணம் பொருத்தே திசைகூட அசைந்து
கொடுக்கிறது...!
ஆசையால் இழப்புகள் நூறு...!
அறிவாலாமையால் பகைமை நூறு....!
விரக்தியால் இழந்த நாட்கள் நூறு...!

எந்த நம்பிக்கையில் இதுவெல்லாம் கடக்கிறது....!

கோவம் ஒருநாள் தீரும்..!
ஆசை ஒருநாள் கை சேரும்...!
வானம் ஒருநாள் கை தொடக் கூடும்...!
வாசல் வரை சூரியன் வந்தே தீரும்....!
யார்கொண்ட முடிவாகினும்..!
காலத்திற்கேற்ப நாளும்...!
கடிகாரத்திற்கேற்ப முள்ளும் சுழன்றுதான் ஆக வேண்டும்..!

நீர் மேல் பயணம்

யாரோடு பயணிப்பது என்று விரல் நுனியின் முடிவல்ல...!

எத்திசையில் உதிப்போம் என சூரியனுக்கு மேகக்கூட்டத்தின்
தீர்மானமல்ல...!

எந்த மீனுக்கு..
எந்த கோழிக்கு என்று மண்புழு நினைத்தது அல்ல...!

சாலையில் கிடந்து எடுத்த குழந்தையின் கையில் ஒரு ரூபாய்
நாணயம் வாழ்க்கை....!

நினைவுகளை திருப்பிப்பார்த்து பயனற்று எரிந்துவிடும்...!

மனது பல இடங்களில் அமைதியை கையாளுகிறது...
காரணம் அறியாத பொறுமைக்காட்டில் பல மைல் கடந்து
செல்கிறது...

கண்ணாடிகள் பார்த்து சிரித்து முறைத்து உடைமாற்றும் காலம்
பிம்பம் கலைந்த கண்ணாடி துணுக்குகளாக சிதறிக்கிடக்கின்றன...

நிதானம் அறிவேற்றும்..
குறை அகற்றும்...
வழி துவக்கம்....

இதுவும் கடந்து போகும்....

என்னவள்...

என் எல்லாம் அவள்....।♡

வாராய் அன்பே...!
தாராய் மனமே...!
வாசலில் கோலம்...!
வண்ணமாய் நீயே...!

சலனமான நீரில்...!
ஒரு சொட்டு நீயே...!
விளக்கமாக சொன்னால் எல்லாம் நீயே...!
விதியில் மதியில்...!

நிலவின் பின்புறம்...!
நீட்டாதே கரம் சிரம்...!
காதலில் செய் அறம்...!
நீ கிடைப்பதே வரம்...!

தாலி கட்டி..!
மேளம் கொட்டி..!
நாதம் தட்டி..!
மெட்டி சிட்டி....!

அளவில்லாத அன்பினை நிதம் கொட்டி...!

அன்பே...!
அவ்வப்போது
நீ
அழைப்பதை
சேகரிக்கும் என் விரல்...!

தூரத்தில் நீ வர ஏங்குகிறது என் மனம்..!

உன்
நிழல் என்னை
கடக்கையிலே
நித்திரை இருளில்
நீங்குதடி...!

தலையணை துணையாக
தனிமை என்
தனி துணையாக
தவிப்புகளில்
திளைத்தேனடி...!

தனியாக உடல் இளைத்தேனடி...!

கானகத்தில் ஒற்றையடி பாதை நடந்தேன்...!
உன்
நெற்றி வகுடில்
நடப்பதைபோல் எண்ணி சிரித்தேனடி..!

ஏக்கங்கள் தினம் தினம்...!
ஆசை அரும்புகள் அமோகம்...!

வா அன்பே கொண்டாடலாம்-இனி
வரவேற்கும் அன்பினை.....!

ஒவ்வொரு புள்ளியும் முற்றுப்புள்ளியே..!

அதீத தேடலில் நமது மனம் ஒருவரை வெறுக்கும்..
பலரை ஏற்கும்...!

மனித மனம் குரங்கின் பரிமாணம் எப்படியும் பழம் தீர்ந்தபின்பு
அடுத்த மரம் பாய்ந்தே தீரும்....!

இருக்கும் வரை இனிக்கும் உறவுகள்..
சில நேரங்களில் இல்லாமை வருத்தம் சார்ந்த இன்ப
கவலைகளே....!

நல்லவரை தீயவராக மிகை புரிந்தால் அவர் எவ்வகை நன்மை
செய்தினும் தீயவனாகவே அனைவருக்கும் தோற்றமளிக்கிறார்...

தீயவரே ஆனாலும் நன்மை செய்வதை கண்டுவிட்டால் அவர்
எத்தீமை செய்யினும் நன்பெயரை பெற்றுக்கொண்டே இருப்பார்....

ஒவ்வொரு சூழலிலும் நமக்குள் உண்டாகும் தயக்கம்...!

ஏதோ ஒரு நல்லதை நாம் தள்ளிபோடும் நிலைக்கு கொண்டு
செல்லும்...

மனம் அறியாத பக்கங்கள்....

பெண் சுதந்திரம் அறிவோம்..

பெண்ணிற்கு சுதந்திரம் என்பது எல்லா இடங்களிலும்
பேசலாம்,ஆனால் எப்படி பேசவேண்டும்,என்ன பேசவேண்டும்
எந்த விதத்தில் பேச வேண்டும் என்பது அறியாமல் பேசும்
பெண்கள் பெண் சுதந்திரத்தை பற்றி பேசும் தகுதியை
இழக்கின்றனர்...

ஆடை சுதந்திரம் பெண்ணை போற்றும் படி இருக்க வேண்டும்....!

பேச்சில் சுதந்திரம் பிறர் மனம் கவலைக் கொள்ளாத நிலையில்
இருத்தல் வேண்டும்.....!

அனைத்திலும் சுதந்திரம் தேடும் பெண்... அனைத்தையும்
நல்வினையில் சாதிக்கும் எண்ணம் கொண்டிருத்தல் வேண்டும்...

சுதந்திரமும் வேண்டும்...
சுற்றமும் தவறாக எண்ணும் அளவிற்கு இருத்தல் வேண்டும்
என்றால் எவையும் சரியாகாது....!

வாழ்க்கையை வட்டத்திற்குள் வைக்க வேண்டாம்...
வழிமுறைகளை சரியாக கையாண்டால் போதும்...

பெண்மை..
பல இடங்களில் போற்றப்படுகிறது...!
பல இடங்களில் தூற்றப்படுகிறது...!

இப்படியும் நகர்கிறது நரனின் வாழ்வு

சிரித்துக் கொண்டே நகர்வதன் சிரமத்தினை...!
விழுந்தவன் எழும்போதும்....!
எழுந்தவன் விழும்போதும்..!
அவன் வலியில் அறியலாம்....!
வாழ்வில் வளமையாக இருப்பவனும் வருந்துகிறான்...!
வளம் குன்றியவனும் வருந்துகிறான்....!
தேடுகிறேன்...
அந்த தெரு முனையில் அமர்ந்து...
என்னடா வாழ்க்கை இது என்றும்...!
என்ன ஒரு அழகிய வாழ்க்கை என்று சொல்பவனையும்....!

கிடைத்த இனிப்பு இனிக்கவில்லை...!
சலித்த மணல் பயன் பெறவில்லை...!
பிடித்த களிமண் இறகவில்லை...!
ஏற்றவை சில நேரம் ரணமானது...!
விளக்கம் அறியாது கனமானது...!
வார்த்தையில் உளவு தெளிவுறவில்லை..!
வாழ்க்கைக்கு உறவு புலப்படவில்லை...

காலம் மருந்தானதல்ல...
விசமாக இல்லாமலே நலம்...!
நேற்று கை ஏந்துபவர் நாளை காசை இரைக்கலாம்...!
இன்று கிடைத்த பணம் நாளை கசங்கிடலாம்...
காலமும் மாறும்...
வால் இல்லா மனமும் மாறலாம்....
ஏணி கிடைத்தால் ஏறப்பழகு...!
ஏறிநின்றது வானம் என திகழாதே...!
மழை வந்தால் நனைந்துவிடுவாய்...
இடி இடித்தால்....

பழமையை மறவாதீர்...
அனைத்தும் கிடைத்து விட்டால் அடுத்தவரை
எதிர்பார்ப்பதில்லை....!
ஏதும் இல்லாத நிலையில் யாரிடம் யாசகம் கேட்பதில்லை...!
உறுதியான மனதின் உள்ளே சிறு தென்றல் இளைப்பாறும்....!
உள்ளங்கை நடுங்கும் மனிதனுள் சிறு புயல் உறங்கி கிறங்கும்...!
யாருக்கு இன்பமில்லை...!
யாருக்கு துன்பமில்லை...!
யாருக்கு வகைகள் இல்லை...!
யாருக்கும் நெஞ்சில் பசையில்லை...!

உலகம் இருண்ட காலமானலும்...!
விழி மிளிரும் விளக்கோடு உறவுகள் தேடிவரும்...!
உலகம் உருண்டை அல்ல..சில மனித பிரண்டை....

யாரிவன்...

எண்ணெய் இல்ல மயிரிழையில்
எத்தனை பேன் கண்டேன்...!
ஈறு வெளுத்த பல்லின் மஞ்சள் பூ மிஞ்சினன்..!
ஆசையில் ஆயிரம் கோடீஸ்வரனாய்..!
கொடுக்காத மௌனத்தில் புத்தனாய்..!
இயன்றாடி மகிழ்கிறானிவன்...
மாமரத்து பிச்சையவன்...!
வழிகளோடு வாசல் அமைத்து
உறக்கம் மறந்து
ஓயாது விழித்து
எச்சலை விருந்துண்டு..

இதோ யாரிவன்....

அறியாமை நிகழ்வுகள்

அம்மை கொடுத்த உணவில் பசி ருசி மறந்த பிசையல்....!
எதிர்பார்த்த பேருந்து தனை மறந்து இடம்பெயர்தல்...!
விரல் சுட மறந்து நின்று மனம் சுடும் புகைப்பான்...!
இருசக்கரம் மேல் அமர்ந்து சாவியற்ற உந்தல் நிலை....!

உயர்விலும் பொறுமை....
வறுமையிலும் சிரிப்பு...
வாழ்க்கை வசமாக வழிப்படுத்துகிறது....
பொறுமை என்பது பார்ப்போர்க்கு பெருந்தன்மை பண்பு...!
பொறுத்தார்க்கு வெடிப்பில்லாது வரும்   மன நடுக்கம்...!

கொடுத்ததை பெறுவோம்...!
கிடைத்ததை வளமாக கொடுப்போம்...!
கையேந்தல் தவிர்ப்போம்...!
கையேந்தியவரை அரவணைப்போம்....!
அகராதி அறிவோம்...!
அன்பை அகலாது ஏற்போம்...!
புனைவு மனம் கொள்வோம்...!
முரண்பாடு களைவோம்...

காலத்தின் பல கட்டுப்பாடுகளின் வரிசையில்
நீயும் நானும் சற்று சமூக இடைவெளி மனிதர்களே....!

மனங்கள் ஒரு ஒட்டுண்ணிகள்....

மனங்கள் ஒரு ஒட்டுண்ணிகள்....
பழைய காலங்களை மறந்து...
தற்கால நிலைகளில் செழித்து கொழுத்து திரிகின்றன...
பழைய நினைவுகளில் ஈரம் வற்றியும்...
புதிய நினைவுகளில் ஈரம் தெளித்தும் வாழும் சில பிறவிகளின்
மூளைக்கு எட்டும் இச் சொற்கள்....
நேற்றைய இருளை மறந்து இன்றைய விடியலை எண்ணும்
மனிதா...!
நேற்று தொட்ட காற்று...
நேற்று பருகிய நீர்.... நேற்று சுவாசித்த சுவாசம்...
மறந்தால் மடமை ஆவாய்...
மன்னிக்க யாரும் நாளை வரமாட்டார்....!
நேற்றைய நாளை நினைவுகூர்...
இன்றைய செழிப்பில் அழிந்துவிடாதே....

நம்மை எண்ணி வருந்தியவர் ஒரு பக்கம்....!
தனக்காக மட்டும் வாழ நினைப்பவர் ஒரு பக்கம்...!
யார் இருப்பினும் நாம் இருப்போம்..!
யார் சிறப்பினும் நாம் சிறப்போம் எனும் கடிவாளமற்ற குதிரை
மனங்கள் ஒரு பக்கம்....!
சிறப்பு என்ன வென்றால் அனைத்தும் இணைவது ஒரு
வழிப்பாதையிலே....!
முண்டியடிக்காது முந்தக்கொள்வோம்...
முயற்சி கொண்டு மட்டும்....!

சிரித்துக் கொண்டே கடந்து விடுகின்றேன் பலரை..!
பகைத்து கொண்டே கடந்து செல்கிறேன் காலத்தை...!
ஏணியை மூங்கிலில் செய்யாது காலம் முருங்கையால் செய்தது
போலும்...
பாதம் படும் இடமெல்லாம் உடைசல் வகை இடைப்பிடிகள்..

வாழ்க்கை..
வாழத்தான்...
வதைக்க அல்ல...

என்னதான் சொல்ல வருகிறாய்..!

எத்தனை புன்முறுவல்...!
எத்தனை முரணபாடு..!
ஏன் இந்த விலகல்...!
ஏன் இந்த கலங்கல்...!

ஆசைகளை சொல்லும் பொழுது ஆர்ப்பறித்தாய்...!
அவதூறு வார்த்தைகளை புறம் தள்ளினாய்...!
அவள் என்ற வார்த்தை தனை அர்த்தம் விளக்கினாய்...!

ஆனால் அடிமையாய் என்னை விழுங்கினாய்...!
காதல் அன்பின் ஆரம்பம்..
முரண்பாடின் முடிவு..
ஒவ்வொரு குரலுக்கும் ஒரு முகம் உண்டு...!
ஒவ்வொரு கர்சனைக்கும் ஒரு முகம் உண்டு...!

ஆழமான அழுகை அழுத்தமான கோபம்...
அசாதரண எண்ணம்..
அவரவர் வண்ணம்....
இவற்றை எடுத்து சொல்லும் சொற்களுக்கு முகம் உண்டு....!

மழைத்துளியில் முகம் உண்டு...
விழுந்துடையும் ஈரத்தில் ஓடையாக முகம் உண்டு...!

சாய்ந்த நாற்காலிக்கு நிழலுண்டு...
நீத்திடும் மீனுக்கு வலியுண்டு...
நீந்தும் வழியுண்டு...!

காலத்தை கிழித்திடும் கருணைக்கு முகம் உண்டு...!
கலங்காத எண்ணத்தில்
சிறு பனித்துளி வண்ணம் உண்டு...!
ஆயிரம் முகங்கள் கண்ட பின்பு...!
தன் முகம் காணா பிறவி நாம்...!

கண்ணில்லா முகம் கொண்ட பிறவி நாம்...!

என் ரோசா மலரே..!

அழகிய மலரவள் கையில் கொண்டேன்...!
மலரும் நேரமுன் என்னுள் கண்டேன்..!
இலை கொண்ட இடை ஏந்தும் பாவை உன்னில்...!
எழு சுரங்களும் பாடும் உன்னில்...!

பக்கத்தில் அமர்ந்த கவிதை...!
பாடலாக பாடினால் பதுமை...!
எதுகை மோனை ஏக்கத்தில் ஆங்கே..!
இசையின் மெல்லிய மீட்டலில் அங்கே...!

இடை மீட்டும் இசையவள்..!
இயல்புகளை இனிது அவள்...!
மல்லிகையின் மண எதிரியவள்...!
மங்காத பௌர்ணமி அலையின் ஓசையவள்...!

காதல் கொண்ட இசையில் நாமே...!
ரோசா மனம் கொண்ட திசையில் தானே...!

நனைந்தி விட்டேன் உன்னில் நித்தம்....!
உலர்த்தி விடும் எந்தன் சிரம்...!
காதல் ஈரம் ஆரம்பித்து...!
காத்திருப்பேன் உனக்காக....!

காதலே...!

ஆணும் பெண்ணும்

ஆணின் எதிர் பெண் என்றும்...
பெண்ணின் ஆளுமை ஆண் என்றும் முடிவு செய்தவர் யாராக
இருக்கும்....!

கடினத்தை ஆணிடமும்..
மென்மையை பெண்ணிடமும்..
சகிப்பு தன்மையை ஆணிடமும்..
சர்க்கரைப்பேச்சை பெண்ணிடமும்...

சாவுகாச நடையில் பெண்ணும்...!
சத்தியங்களை கடந்து ஆணும்...!
சரசங்களை மேற்கோள் இட பெண்ணும்...!
சற்று இதமான பங்களிக்க ஆணும் எப்படி ஆகினர் உருவாய்....!

தேடலில் நான்.....
நேர் கொண்ட வகுடெடுத்து..!
இதழ் வழியே மெல்லிழித்து..!
சூடும் மலரைய வனிடம் கொடுத்து..!
சூடிவிட்டால் பாவை யின்று..!

கால் கொலுசையே ற்றிவிட்டு...!
காது மணியை தூண்டி விட்டு..!

போர்த்தும் வானத்தை புகையினுள் பனிநி றைத்து...!

பற்றிக்கொண்ட பைங்கிளியே...!
சிவந்த கோவைக்கனியே....!

இளங்காதல்

முதுமையிலும் மறவாது
பள்ளி பருவ காதல்...
மடி அமர்ந்து பேசாது...
மாங்காய் கடித்து பேசினோம்..

இருப்பதை விட்டு -இறகு
இருப்பதாய் நினைத்தோம்...
இதயம் நனைந்தது...
இடை மறைத்த உடையும்
நனைந்தது...

ஊறுகாய் உறியலில்
ஒரு ரூபாய் பறிமானோம்..

உண்மையை சொல்..
என்னை பிடிக்குமா...!

விரல் கொண்டு இடை கண்டு
உனை ஆர்வம் உயிரே...!
விரல் நுனியில் மேனி தீண்டி
விளையாடுவேன் உறவு..!

அகங்காரம் இல்லாத அருகாமை நிலாவே...!
அலங்காரம் இல்லாத முழுவேலை நிலாவே...!

மார் இணைந்த கார் கரைந்து
மழையான மேகமே..!
யார் பிணைந்து வழம் இணைந்த
ஒப்பனை தேகமே...!

வாழ்ந்தும் தாழ்ந்தும்..
யாராய் நான் சாய்ந்தும்..!
சரித்திர ஏடுகளில்
முதல் இடம் பிடிப்போம்..!

வா வெண்மை நிலவே...!

அவளானால் அவளே...

அழகே....!
யாருமில்லா குளியலறை..!
ஈரத்துடன் நிறைந்த பயம்...!
இதமான காற்றும் கொஞ்சும்....!
யாருமில்லா சிறு பரிசம்....!
எத்தனை ஆனந்தம்தனை கொண்ட நிலை..!
யார் சொல்லிவிடுவார் என் நிலையை...!
எவர் தீர்த்திடுவார் என் விலையை....!

வியர்த்து வடியும்
பொழுது..!
இனிது..!
கொடிது..!

இந்த பருவம்....!

ஆசையாக நெருங்கிய நிழலுக்கு நித்திரையை
பறித்துக்கொண்டாய்..!
பறந்து திரிந்த விண்மீன் பறவையை
இறகை உடைத்து அணைத்துக்கொண்டாய்....!

சுவரின் இடுக்கில் பிளந்த விதை நான்...!
காக்கை அனுப்பி கடித்து தின்றாய்...!

இதயம் தந்து ஒன்று கேட்கிறேன்....-என்
இதயம் திறந்து உன்னைக் கேட்கிறேன்...!

ஊசியின் இடையில் என்னை நுழைந்து பழக கற்று தந்தாய்...!

இடை இறுகி நான் தவிக்க இது போதும் என்று சிரிப்பை
தைத்தாய்...!

காலங்கள் கரைகிறதே...
உன் வரவாய் காகங்கள் கரைகிறதே...!

கைக்குட்டை துடைத்து துடைத்து...!
காதல் மழை நிறைகிறதே....!

காதல் இதுவா...!
என் அழகே....

பலமே..என் பணமே

பணம் இருந்தால் பணிகள் சிறக்கும்....!
பணம் இருந்தால் பந்தங்கள் நீடிக்கும்..!

பணம் இருந்தால் இன்பங்கள் கூடும்...!
பணம் இருந்தால் சொந்தங்கள் சேரும்..!

பணம் இருந்தால் கொழுப்பு ஏறும்...!
பணம் இருந்தால் இகழ்வு நாறும்...!

பணம் இருந்தால் பொய்கள் மறையும்...
பணம் இருந்தால் மெய்யில் வெண்மை மிளிரும்...!

பணம் இருந்தால் பற்கள் தெரியும்....!
பணம் இருந்தால் சொற்கள் குறையும்..!

பணம் இருந்தால் அப்பன் அட்டானியில்...!
பணம் இருந்தால் அம்மையே அரசாணையில்...!

பணம்...
நகைப்புக்கு மிஞ்சிய வலிமை காகிதமே...

மகளே 🖤

அம்மை உன்னை தேடவில்லை மகளே நீ எங்கே....!
மணமுடித்தது மறந்து விட்டது மகளே நீ எங்கே..!
கண்ட பெண்மணிகள் ஒற்றைக்கால் நடையில் மகளே நீ எங்கே..!
மனமெல்லாம் உன் தேடல் மகளே நீ எங்கே...!
சாலை ஓரம் கண் கலங்கினேன் மகளே நீ எங்கே...!
மாதங்கள் கழிந்தது மகளே நீ எங்கே...!
மல்லாந்து படுத்தாலும் தூக்கமில்லை மகளே நீ எங்கே..!
கண்ணீரில் கேள்விகள் மகளே நீ எங்கே..!

எதிர்ப்பார்ப்பில் உன் தந்தை...!

தீரா அவள்..!

இதயம் கிழித்து உன்னை ஏற்றேன்...
இமை கிழித்து உறக்கம் இழந்தேன்...
வானம் கிழித்து மழை எடுத்தேன்...

இமை கிழித்து எறிந்த சதை தேயிலையாம்...
என் இதயம் கிழித்து எறிந்த சதை
நீ எனும் விதையாய்..
காதல் விருட்சமாய்....

கண்டு கொள்ளாத கடைக்கண் பார்வையில்..
சற்று ஒளிந்துவிட்டு செல்கிறேன்.
நானே..!

என் இரவுகளை சக்கை பிழிந்து சாறு அறுந்தி
தனிமைப்படுத்திக்கொண்டேன்..!

அவள் சாயலில் நிழல் என்னை இரவில் தொட்டும் தொடாத
நிலைக்காக...

போனால் போகட்டும்
பகட்டு இரவு...
என் இழிப்புகளை
வேறு இடம் பார்த்து வைத்துக்கொள்...

போர்த்திக் கொள்கிறேன்- அவளை....!

(#காதல்) புரிந்தேன் அவளை..

எழுவருட மெய் காதலது..!
ஏன் என்று போனதென்ன..!
எப்படியெல்லாம் வாழ நினைத்தேன்..!
இப்படி கரையும் படி வைத்ததென்ன...!

வானவில் கண்டு அதில் வண்ணமென நாம் மகிழ்ந்தோம்..!
கருப்பு நிறைந்ததென்ன...!
வெறுப்பு நிறைந்து போனதென்ன...!

ஆண்திமிரும் பெண்ணியம் ஒன்றென பேசிய காதல்...!
இரட்டைக்கொடி தூக்கிக்கொண்டு கீரியும் பாம்பாக நின்றதென்ன...!
நிலைகுலைந்து நித்தம் தவிக்கிறேன்..! நீ மாற வேண்டி
நிற்கிறேன்...!

நித்தமும் கனவில் திரிந்த நாட்களை..இருளோடு மட்டுமே
பயணிக்க வைத்தாய்...!
பசியோடு இருந்த மனதை பழைய சோற்றினை பார்க்க
வைத்தாய்..

எதையும் அறியாத அவளிடம் புதைந்து போனது...அன்பின்
காதல்...!

நித்தமும் நேசம்

ஆம்..
தினம் தினம் நேசிக்கிறேன்..!
எழுந்த உடன் அம்மாவின் குரல்...!
டீ க்கு பிறகு அப்பாவின் சுருட்டு...!
வாசலில் நின்றதும் சாணத்தின் வாசனை..!
எறும்புகள் மொய்க்காத கோலத்தின் அழகு...!
கால் சுற்றி திரியும் கிடாப்பூணை பசப்பல்...!
கிராம்பு போட்ட காரமான பற்பசையை...!
கடுகு தெறிக்கும் அம்மாவின் சமையல்....!
ஆங்காங்கே கேட்கும் தண்ணீர் குடம் சத்தங்கள்...!
இனிப்பும் சூடாய் ஆவிப்பறக்கும் டீ...!

அற்புதமான ஆயிரம் நிகழ்வுகளை தினம் தினம். ரசிக்கிறேன்...!

நான் கண்ட மனிதன்(மனிதம்)

எழுதி தீர்த்திட ஆயிரம் நிகழ்வுகள் உண்டு..!
நிகழ்வை நீதர்சனமாக தேடும் மனிதர்களின் நிழல் குறைவே...!

கரிசனங்களை கண்ட மனிதன்...!
கவலைகளை கொண்ட மனிதன்...!
காரணம் இன்றி சிரிக்கும் மனிதன்..!
கண்முன் அறியாது விரைபவன் மனிதன்...!

உண்மையாக வாழும் மனிதன்..!
ஊமையாக வாழும் மனிதன்..!
கோவம் கொண்டு வாழும் மனிதன்..!
தவம் கண்டு வாழும் மனிதன்...!

வாழ்க்கை தேடும் கோமாளி மனிதன்...!
கிடைத்த வாழ்க்கையில் ஏமாளி மனிதன்...!
சற்று முன் பார்த்த மனிதன்..!
சத்தியத்தில் மட்டும் பயணிக்கும் மனிதன்...!

நாம் மனிதம் காக்கும் நிதர்சன மனிதர்களே....!

காதலா...! காமமா...!

நிலை குலைந்த காலத்தில் நீந்தி திரியும் நாரைப்போல...!
மீன் தேடி அலைகின்றேன்
கோக்கின் சாயல் போல....!
கோடித்துளிகளில் நனைந்திட திளைத்தேன்...!
நாட்களை கிழித்து கிழித்து
விரக்தி நொடிகள் பற்றிக் கொண்டது..,!
நான் தேடும் மேகம்..!
நலிந்திடாத தேகம்..!
காரிருள் ஆகும்...!
கட்டுங்கடங்காத வேகம்...!

காதல்...!
கைக்கொண்டு
இமைத்தின்று..!
விரல் நின்று
விளையாட்டுண்டு...!

வா பருகலாம்...
இன்பத்தேனை.......!

காதலாகி களிப்படைவோம் 🖤

மஞ்சரி நீ சொன்னதென்ன காதல நான் கண்டு புட்ட...

கைத்தடிய புடிச்சாலும் காதல நான் கண்டுகிட்ட...

மாமன நீ இல்ல சொன்னா...உலக காதல நா கொண்டு புட்ட...

கட்டிப்பிடி வைத்தியம் கண்ட புள்ள...
கரிசகாட்டு ராசாவ கொண்ட புள்ள..

காதலுல பசி மறந்து போனம் புள்ள..
காவலுக்கு போக தினம் மறந்த புள்ள...

காத்திருந்து காத்திருந்து காலம் ஓடிப்போச்சுதடி...
காலம் கடந்த காதல் இங்க இதயம் கட்டி மேய்க்கிதடி...

அச்சம் நாணம் மடம் இல்ல மாமன் தூரம் போயிபுட்டா...
அடுத்த நொடி அள்ளி பூசும் ஆச உள்ள முழுசா புள்ள...

தெக்க கானம் பாடி வர..
திக்க திணற அள்ளு புள்ள...

"

தொடரும்

அறுமாத பயணம்..
அனைவரின் ஏக்கம்..
புரியாத உறவு...
புன்னகை மட்டுமே பலம்..

கேள்விகள் ஆயிரம்...
காண்பவரிடம் ஏதோ பதில்..
இலக்கணப்பிழையில் முடிவுகள் ...
சந்திப்பிழையில் ப்பா என்பதே ஆரம்பம்...

ஆசைகள் கைகள்..
அந்தரங்கம் முடிவில்..
ஆரம்பம் துணிவில்...
இறுதியில் கண் கசிவில்..

கரைந்தும்..
நிறைந்தும்..
கரையும் காக்கையாய்.

எழுதாத கவிஞன்

என்ன செய்துவிட்டது இந்த எழுதி...

எழுதி கீழ்நோக்கி இருந்தாலும்....
எழுத்து மேல்நோக்கியே அமையும்...
எழுத்து வலிமையாக இருந்தால்..
ஒரு சொட்டு மையில் இந்த உலகை ஆள்வாய்...!

எதற்காக இந்த பயணம்...
இந்த வயதில் எத்தனை துயரங்களை சமாளிப்பது....

கேட்டால் துயரம் சந்தோசத்தின் துடக்கமாம்...!
தோல்வி வெற்றிக்கு முதற்படியாம்...

எத்தனை முதற்படிகளை நாம் கட்டிக்கொண்டே. போவது....

தமிழை வளர்க்க முன் எடுத்தோம்...
நிமர்ந்து பாராது கருத்துகளை கொட்டும் பேனை எடுத்தோம்...

அந்த பேனைகூட மூடி இருந்தாலே தலை நிமிரும்...
இல்லை எனில்

திறந்து கிடந்து எழுத்தை கக்கி உருண்டு புரண்டும் கிடக்கும்...

பல்லாயிரம் பேனைகளும்...
பல கோடி எழுத்துகளும் தனது சரியான இடத்தை நோக்கியே
பயணிக்கின்றன...

பார்ப்போம்...
எது சிறந்த நிலை என்று...

காதல் வலியின் வடு

இரத்தம் வடியாது நோவும் நொடிகள்..!
யுத்தம் தோன்றி ஓய்ந்த படிகள்...!
நினைத்து நனைத்து உலர்ந்த இதயம்..!
உருகி கருகி பதமான தருணம்...!

அவளை எண்ணிய நொடியில் வந்த வலி...!
யாரும் காணாமல் இதயம் கிழிந்து நடந்த வழி...!

எத்தனை காயங்கள் தந்து செல்வாய்...!
அன்பின் தீயில் வெந்து கொல்வாய்...!
விடிய விடிய அழுகிறேன்...!
விடை இல்லாது தவிக கிறேன்...!

விதையயாக விழுந்த காதல் அளவில்லாத அன்பில் அழுகி
உரமானதென்ன...!
உனக்காக உயிர் கொண்டு மரமென வளர்ந்தேன்..!
இதயம் வளைவினுல் இருவராய் வசப்பட்டேன்...

இருக்கட்டும் இந்த கீறல்கள்...!
மற்ற மரமாய் இருந்து காப்பதை விட...!
நம் காதலை புன்கை மரமாய் காத்து நிற்பேன்..
காதலை அன்பு வாடுவாய் கொண்டு....

கொரானா (COVID-19)

முகமூடி அணிந்திருந்தும்..
குறையவில்லை இதுவரை..
பஞ்சக் கிருமி..

கூடி வாழ்ந்த நம்மை குழுவிலிருந்து பிரித்தது...!

நட்பு,நாடு இரண்டையும் சிரிப்பிலிருந்து பிரித்தது...!

அன்னைக்கு பயம் கொடுத்தது-அப்பனுக்கு பயம் கொடுத்தது...!

ஊரடங்கில் நாடு அடங்கியது...!
ஒரே வகை சமையலில் நாவும் அடங்கியது...!

வாகனத்திற்கு சோதனைகள்- இல்லாதவனுக்கு வேதனைகள்...!

இரண்டாயிரம் மாற்றிவிட்டோம், இருப்பிடமும் இன்றைய
பசியையும் மாற்ற முடியவில்லை...!

அரசு வேலைக்கு அரை சம்பளம்..அதும் இல்லாதவனுக்கு பசியில்
பட்டுக்கம்பளம்...!

இடம் விட்டு இடம் மாற சான்றிதழ் வாங்கும் நிலை...!
உடல் விட்டு உயிர் போக தயாராகும் சான்றிதழ் பல...!

வைரஸின் எண்ணிக்கை ஏற்றம் இறக்கம்...!
இறப்பின் எண்ணிக்கை ஏற்றத்தில் மட்டும்...!

கோலமிட வெளிவரவில்லை..!
கொட்டிய மழையைப்பார்க்க வெளிவரவில்லை...!

எண்ணிக்கையற்ற சடலங்கள்..!
காற்றெல்லாம் கொல்லும் படலங்கள்...!

எத்தனை எண்ணங்கள் எல்லாம் இல்லத்தில் அடக்கம்...!

பள்ளிகளை திறக்காது பூட்டியது கொடுநோய்...!
பந்தங்களை காணாது அடைத்து விட்டது கொடு நோய்...!

ஊரெல்லாம் வீடு எறியாது..

மனிதர்கள் எரிந்த நிலை...

உணவில்லாது கூட்டங்களை நோய் தின்ற காலமானது...

ரோட்டோர மனங்கள் இடமின்றி மருத்துவமனையில் நிரந்தரமாக
உறங்கின...

கடித்த கொசுக்களை விரட்டாது போர்த்திக்கொண்டு உறங்கின
அறியாத குளிருக்கு வெள்ளை துணிகளை...

எப்போது தீரும் இந்நிலை...
எவரைக்கொல்லும் இந்நோய்...

ஏழையை பார்க்கவில்லை..
பணக்காரனை பார்க்கவில்லை...

அசராது அலைபாய்கிறது அலையலையாய்...

மீண்டும் எதிர்கொள்வோம்...
மூன்றாம் அலையை....

முகமூடி அணிவோம் மொத்தம் நோய் ஒழிப்போம்...!
கைகளை கழுவி கண் அறியா நோய் ஒழிப்போம்...!

விலகி இருப்போம்...
மூன்றடி இடைவெளியில் நோயை மொத்தம் தூரம்
விரட்டிடுவோம்...!

வீட்டிலே இருப்போம்.. இழப்புகளை தழுவாது
விரட்டி அடிப்போம்....

தனித்து இருப்போம்..
நோயை பற்றி கணித்து இருப்போம்...

விழித்து இருப்போம்..
விரும்பி உணவை தின்பதற்கு காத்திருப்போம்...!

விழிப்புணர்வு விசைக்கொண்டு விரட்டிடுவோம் கொரானவை...
அடுத்த
மூன்றாம் அலைதனை...

#லவ்கூ 🤍

உள்ளங்கை கால் நிழல் அவள்..!
நிழல் ஏங்கும் முத்தம் அவள்...!
உரசி செல்லும் காற்றவள்...!
கடைசி சொட்டு மழை அவள்..!

விளக்கனைக்கு கடை ஒளியவள்..!
கை நிரம்பி வழியும் நீரவள்..!
நித்திரையில் கனவின் கதவவள்..!
கைக்குட்டையின் கடை ஈர வியர்வையவள்..!

சோம்பலில் வலி தீர்க்கும் விரல்வள்..!
விசையோடு தள்ளும் மேகம் மறை ஒளியவள்...!
காற்றால் விலகும் சீலையவள்..!
சீலை கொண்ட பூ மாலையவள்..!

மன்றாடி கேட்டுவிட்டேன்...
எல்லாம் அவளானபோது
நான் என்ன செய்வேன்...

என்னவள்..
என் எல்லாம் அவள்...

உவன்

#நான்மலரானால்...!

வாசனையில் பிறந்திடுவேன்..!
வாடாத நாளை என்னுள் காத்திருப்பேன்...!
புன்னகை அரசியின் கூந்தல் சேர்வேன்..!
குளிரான குழல் அடங்கி சுகம் காண்பேன்...!
சூழலுக்கேற்ப பிறப்பு இறப்பு கலப்பேன்...

என்றென்றும் நான் மலரானால்...

#மழைவர போகுதே..!

இரவை கடந்து
அந்த இரண்டு மூன்று நாட்கள் பிரிவைத் தாண்டி...!
இதோ மழைவர போகுதே....!

மடித்து வைத்த போர்வை கசங்கலிலும்...!
தலையணை வாசனையிலும்..!

தட்டுத் தடுமாறி எட்டிப் பார்க்கிறது
எல்லாம் ஆரம்பிக்கும் முன் நான் அணைக்கும் பெட்லைட்...!

அச்சத்தோடு முனுமுனுத்தது
அன்றாடம் பால் ஊத்தும் ஐந்துநிற பெண் பூனை...!

இறுக பற்றலில்....இதோ...
#மழைவர போகுதே.....!!!

#உறவுகள்... 🩶

சிரித்து ரசிக்கும் உறவுகள்...
சிரிக்க ரசிக்கும் உறவுகள்...
சாம்பல் தேடிடும் உறவுகள்...
சாதனை தேடிடும் உறவுகள்...

சர்க்கரை வார்த்தைகள் உறவுகள்...
சாமர்த' திய விருதுகள் உறவுகள்..
பைத்திய உணர்வுகள் உறவுகள்...
பக்தியில் பைத்தியங்கள் உறவுகள்...

ஊசி குத்தும் சொற்கள் உறவுகள்...
வேசிபட்டம் கொடுக்கும் உறவுகள்...
சீர் சினங்கள் நிறைந்த உறவுகள்..
நீ யார் என கேள்வியில் உறவிகள்...

சத்தியமாய் இவை உறவுகள்...
சத்தியத்தின் மேல்கை உறவுகள்....
சகசமான வாழ்வில் உறவுகள்...
சண்டையில் ஒரு கொத்து மயிர் உறவுகள்....

எங்கும் இல்லை உறவுகள்...
இதுவரை யாருக்கும் இல்லை உறவிகள்....
நட்பென்று சொன்ன உறவுகள்...
திருமண பிறகாகும் நிலுவையில் உறவுகள்..

எச்சில் துப்பி காயம் ஆற்றும் சிறுபிள்ளை உறவுகள்....
கள்ளியில் பெயரெழுதி கண்ணீர் விடும் உறவுகள்...
கடுதாசியில் உறவுகள்....
கண் எட்டிய தூரத்தில் கண்ணீர் உறவுகள்....

ஆயிரம் உறவுகள்...
கொடுக்க வேண்டும் பல வரவுகள்...

கார்கவி கவிதைகள்

#குச்சியில் பூத்த பூ 👩 ♡

பல கோடி உறவுகளில்
உன்னத உறவு....!
எதிர்பார்ப்பு அற்ற உறவு...!
யார் இவன் எனக்காணா உறவு...!
என் தலைவலிக்கு
தைலம் தேடும் உறவு....!
ஊர் உலகம் வசை பாட
ஓயாத கோவம் கொண்ட உறவு...!
உண்மையை பட்டென தெளிப்பாள்..!
பகுத்தறிவை என்வசம் கற்பாள்...!
ஏன் என்ற கேள்வியை மறப்பாள்...!
எப்பொழுது சண்டையிட துடிப்பாள்...!
ஏந்திய மலரெல்லாம் வாசனை கொடுப்பதில்லை...!
இவள் ஏந்த நான் பெற்றேன்...!
அன்பும் நட்பும் என்றென்றும் மாறுவதில்லை...!

நட்புடன்...!!!

#கார்கவி கவிதைகள்

முத்து மழையே...!

அந்த வானத்தில் மட்டும் எத்தனை முத்துக்கள்..
கொட்டிக்கொண்டே இருக்கின்றன...
நான்
நனைந்து அள்ளிக்கொண்டே இருக்கிறேன்.....!

துண்டு கொண்டாரும்
அன்னை சத்தம் மிஞ்சிய இடி
காது சவ்வை கிழிக்கும் ஒலி...!

மின்னலொளி அவள்
விண் தாண்டி
என்னை கண்ணசைக்கும்
காட்சி இங்கே....!

கட்டிப்பிடித்து உருள்கிறேன்..
எனை தொட்டு நாணும்
முத்து மழையில் நானும்...!

வானமே நெருங்கி வா....!

கார்கவி கவிதைகள்

மெளனம் சில நேரம் ஓங்கி அறையும்..🖤

சப்பாணியின்
சாயலில்
அப்பாவின்
கோவணத்தில்
தொங்கலாடும்
அரையணாவினை
மிட்டாய்க்கு நான் கேட்டு
தப்பாக தண்ணி அடித்து..
தவறுதலாக அப்பன் பாக்க...
அந்த நேரம்
அறுகாத செருப்பால்
#மெளனம் சில நேரம் ஓங்கி அறையும்...

நானாகிற பொழுது 🤍

விடியலில் கையேந்தும்
சாணத்தின் கரைசலில் அம்மையின் வேண்டுதல்...

விடாது இழுத்து நுரையீரலுக்கு வலு ஏற்றும்..
அப்பனின் பீடிக்காற்று....

இரவு தின்று வயிறு நிரம்ப உருளும் பிரளும் பூனையின்
தெம்மாக்கு....

நாளை கொடுக்கவிருக்கும் காதலியின் கீ செயினை எடுத்து
எடுத்து பார்க்கும் ஆண்மகன் காதல் நிமிடம்...

இத்தனையும் ஒன்றுசேர ஒவ்வொரு நாளும் தலையில் இனிப்பை
ஏந்தியபடி நான்...
கழிக்காத இரவுகளில் கேட்காமலே புலருகிறது #நானாகிற
பொழுது...

கார்கவி கவிதைகள்

யாரெல்லாம் சிரித்தீர்கள்..

இதயம் கனக்கிறதா...!யாரெல்லாம் சிரித்தீர்கள்...!
ஏழாவது மாடியில் என்னுடைய பட்டம்...!
யாரெல்லாம் சிரித்தீர்கள்...!

ஐந்து வயதில் அரை டவுசர் கழண்டது..!
யாரெல்லாம் சிரித்தீர்கள்.....!

எத்தனை துயரங்கள் கண்ணீர் வெல்லம்...!
யாரெல்லாம் சிரித்தீர்கள்...!

இல்லாத பாக்கெட்டில் பல கோடி கௌரவம்...!
யாரெல்லாம் சிரித்தீர்கள்....!

எத்தனை ஏளனங்கள்..
யாரெல்லாம் சிரித்தீர்கள்...!

எட்டிப்பார்க்கும் பொழுது கொட்டியது எறும்பு...!
யாரெல்லாம் சிரத்தீர்கள்...!

கட்டிய கன்றுக்குட்டியின் பசி இன்னும் தீரவில்லை...!
யாரெல்லாம் சிரித்தீர்கள்...!

காக்கையை விரட்டிவிட்டு பசி போக்கினான் பிச்சைக்காரன்...!
யாரெல்லாம் சிரித்தீர்கள்....!

முதல் முதல் வேலைக்கு சென்றான்...
யாரெல்லாம் சிரித்தீர்கள்...

மொத்த சம்பளமும் கடனில் மூழ்கியது...!
யாரெல்லாம் சிரித்தீர்கள்..!

சத்தியம் செய்து விட்டு அப்பன் சட்டையில் திருடினான்...!
யாரெல்லாம் சிரத்தீர்கள்...!

சாந்தமான மகனின் மனதில் ஆயிரம் புழுக்கங்கள்...!
யாரெல்லாம் சிரித்தீர்கள்...!

சரக்கு கப்பல் அருகில் காலியானது சரக்கு..!
யாரெல்லாம் சிரித்தீர்கள்...!

அண்ணனின் சட்டைக்கு வாடகை எவ்வளவு..!
அண்ணியின் ஏளனம்...!
யாரெல்லாம் சிரித்தீர்கள்...!

அனைத்தும் அறிந்தவன் நான்...!
யாரெல்லாம் சிரித்தீர்கள்..!

இத்தனை வரிகளில் நீர் அறிந்தது என்ன...!
இனிமையை புரியாமல் *யாரெல்லாம் சிரித்தீர்கள்...!*

மௌனமே தாய்மொழி

நல்லதை நான் சொல்லி தீர்த்தேன்..!
நால்வர் என்னை பரிகாசமிட்டனர்...!
சத்தமில்லாமல் நன்மை செய்தேன்..!
நாணல் முதுகான் என்று சொல்லினர்...!

ஊமையாக சிரித்து சென்றேன்...!
உத்தமனென தலையில் அள்ளினர்...!
ஊரெல்லாம் நன்மை சொன்னேன்..!
பைத்தியமென வசைபாடினர்...!

வார்த்தைக்கு வார்த்தை வள்ளல் என்றேன்...!
வரிசையாக கையேந்தி இன்பம் கொண்டனர்...!
நாள் நொடிந்து கையேந்தினேன்..!
கால் நீட்டி எட்டி உதைத்தனர்....!

காலத்தை உணர்ந்தபிறகு...!
நாவடக்க முடிவு செய்தேன்....!

உண்மையை ஊமையாக்கினேன்...!
ஊருக்கே ஊமையானேன்...!
உதானசினவாதிகள் முன் உம்மென நகர்ந்தேன்...!

யாசகர்களுக்கு அமைதியை சில்லரை ஆக்கினேன்....!
சுயநலவாதிகளை புன்னகையில் கடந்தேன்...!

புரிதலானேன் இப்புவியில் எது எந்தன் தாய்மொழியென்று...!

மனிதநேயம்

ஐந்தறிவு ஆறறிவு காணாத மனம்...!
அம்மாவின் பிம்பத்தில் உருவான குணம்....!
சிறிய கண்ணீரையும் தாங்காத இதயம்...!
கல்லடி பட்டாலும் கண்ணீர் அங்கே உதயம்....!

பாலூற்றி வளர்த்த பூனையின் உரசலில்....!
பலமுறை துரத்தியும் வாசல் நிற்கும் நாயின் பசியில்...!
குச்சி ஊனும் நிலையிலும் குச்சி தாங்கும் நிலையில்...!
மூன்று வேளை சலித்த பின்பும் வாசலில் ஒலிக்கும் சத்தத்தில்...!

குருதியில் பிறந்தது ஈடில்லா மனிதத்தின் விதை....!
தன்னையறியா துடிக்கும் மனிதநேயத்தில் சதை...!
கல்லறையில் உறங்கும் வரை கட்டுக்கடங்காத மனித நேய நிலை...!
கடைசிவரை ஆற்றிடு மனிதநேயம் இல்லை பகை....!

*

மூன்றாம் பாலினம்.

நான் யார்

அன்பு நெஞ்சங்களே நான் யார்....!
ஆசை உறவுகளே நான் யார்....!
என் உயிர் நட்பே நான் யார்...!
இணை பிரியா நிழலே நான் யார்....

நான்கு திசை தானாய் எட்டானது..!
என் இயல்பு ஏனடா மூன்றானது...!
அம்மாவை போல் இல்லை என்றார்கள்...!
அப்பாவை எனதில்லை என்று கொய்தார்கள்....!

திசைமாறி பிறந்துவிட்டேன்- நான் யார்...!
இயல்பு மாறி பிறந்துவிட்டேன்- நான் யார்....!
அம்மாவின் குருதி இதோ-நான் யார்...!
அப்பாவின் ஆண்மை இதோ-நான் யார்....!

சாலை ஓரம் சாக்கடையாய் பார்வை-நான் யார்....!
சகசமான மனிதன் இல்லையா-நான் யார்...!
அக்காளுடை ஏனோ பிடித்தது-நான் யார்...!
அண்ணனின் மீசை போல் ஆசை-நான் யார்..!

கனிகளில் இரண்டுண்டு -நான் யார்...!
கதிரவனிலும் இரு பொழுதுண்டு-நான் யார்..!
கைக்குட்டை வைக்க இடமில்லை-நான் யார்..!
கழிப்பறையிலும் இடமில்லை-நான் யார்...!

சிறுவயது தோழி கேட்டாள்-நான் யார்..!
நண்பனின் மனைவி கேட்டாள் இவன்(ள்) யார்...!
ஆண்பாதி பெண்பாதி-நான்யார்..!
ஆண்கலந்த பெரும் பெண்மை-நான் யார்..!

ஐந்தறிவு ஜீவன் போல்-நான யார்...!
ஆற்றிவில் கலந்த ஜீன்ஸ்-நான் யார்...!
அப்பாவின் விந்தும் கேட்கவில்லை-நான் யார்...!
அம்மாவின் கருவறை தேடவில்லை -நான் யார்...!

உலகெல்லாம் ஆயிரம் பெயர்-நான் யார்…!
எனக்கென யார் இடுவார் பெயர்-நான் யார்..!
இயற்கையின் பாவம் நானோ -நான் யார்…!
இயற்கையிலும் சந்தேகமும் உண்டோ-நான் யார்…!

கைக்கொட்டி சிரித்த மக்களுள்-நான் யார்…!.
பச்சை ஒப்பம் இடுவேன் விரைவில் -நான் யார்…!
சட்டங்கள் படைப்பேன்-நான் யார்…!
சரித்திரம் படைப்பேன் நான் யார்…!

யோசிக்காத உலகம் -நான்யார்…!
என் நிலை வேண்டாம் யாருக்கும்….!
வரிசையிலும் விரட்டியடிப்பு-நான் யார்…!
கற்பினிகள் பத்திரம் - நான் யார்…!

ஐந்து மகனின் இப்படி-நான் யார்..!
ஐந்தும் இப்படி ஆனால் -நீ யார்…!
பெற்றோர்கள் இல்லாது -நான் யார்..!
நான் இல்லை என்றாரே-அவர் யார்…!

அம்மாப்பா பெருமை கொள்வார்-நான் யார்…!
அவர்களை தூரம் நான் கொள்வேன்-நான் யார்…!
பிரிந்த உறவு எச்சமாய்-நான் யார்…!
இணைந்த உறவுகள் என் பிம்பமாய்- நான் யார்…!

வகைவகையாய் ஆடை மாற்றினேன்-நான் யார்..!
வகைவகையாய் ஏச்சல் பெற்றேன்-நான் யார்…!
வாய்க்கு ருசி தேட உணவகம் இல்லை-நான் யார்..!
வாய்க்கரிசி போடக்கூட யாருமில்லை- நான் யார்…!

கணவனில்லை மனைவியில்ல- நான் யார்..!
கடைசி வரையில் உறவு இல்லை- நான் யார்..!
பிண்டம் சுமக்கும் கற்பம் இல்லை - நான் யார்..!
ஆணை சுமக்கும் வேசி பட்டம்- நான் யார்…!

ராஜன் வந்த தாசியாய் -நான் யார்...!
கையேந்தும் பிச்சையாய் - நான் யார்..!
கட்டியணைக்கும் ஆசாமிகளுக்கு - நான் யார்...!
கைத்தட்டும் பிழைப்பெனக்கு - நான் யார்...!

அன்னையை போல் பிள்ளையாம்...!
அப்பனைப் போல் மகனாம்...!
என்னைப்போல் எந்தப்பன்...!
என்னைப்போல் எந்தம்மை...!

காலத்தை எண்ணியும்...!
கைத்தட்டல் பிழைப்பை எண்ணியும்...!
கையேந்தி வணங்கி நகர்கிறேன்...!

பல கரிசன மனிதர்கள் மத்தியிலும்...!
பல ஏளன மனிதர்கள் மத்தியிலும்...!

நான்..யார்....!!?

அரவாணி- திருநங்கை

உவன்

#அந்தஒருபுள்ளியில்

யார் கண்ட புள்ளியது...!
குத்திய முள்ளின் நுனியது...!
அம்மையின் நெற்றி பொட்டது..!
அப்பாவின் சுருட்டு பந்தமது..!

அதுரச வடையின் துளையது..!
அடுத்த வார நிலாவின் இருளது..!
அழகியவள் வாசல் கோலமது..!
இதழின் இடையில் துளையது...

காண்போம் இன்னுமது புள்ளிகளை...!

தீ...
நெருப்பு...
அவளின் கோவம்....!

மேகம்...
வானம்...
அவளின் தேகம்....!

வாழ்க்கை..
வருத்தம்....
மனிதனின் இயல்பு...!

தூரம்..
காகம்...
வருகையின் பதிவு...!

வாழ்க்கை வசப்படும்..

#யதார்த்தநொடிகள்

அதிக அன்பு...!
அளவில்லாத கோவம்..!
பொறுமையான பதில்...!
புன்னகையில் தீர்வு...!

சற்றுமுன் பார்த்த நபர்..!
சபலமாக உரசிய அவன்...!
சடுகுடு பொதிமண்...!
சல்லிவேர் மரம்...!

சாகசத்தில் பெண்...!
சம்மளமிடும் குழந்தை..!
சலனமான நீர்சூழல்...!
சாம்பார் சாதம் அருகில்...!

சாஷ்டாங்க படுக்கை...!
அமைதியான தூக்கம்...!
சுல்லென கொசுக்கடி..!
சுகமான கானாப்பாடல்...!

தென்றலான காற்று...!
தெம்மாங்கில் மனம்..!
தெற்கு திசையில் சூறாவளி...!
தென்னையில் இளநீர்...!

எல்லாமும் எனக்கு...!
யாரெல்லாம் உனக்கு....!
உறுதியான நாக்கு...!
உண்மையான சொல்....!

#நான்_ஆண்..🩶

ஆறடி தென்னையின் பிம்பம் நான்...!
எவரெஷ்ட் நிமிர்ந்து பார்க்கும் உயரம் நான்...!
காளான் குடை கையில் ஏந்தும் அழகன் நான்...!
ஆயிரம் அழகிகளின் அவனதிகாரம் நான்...!
இமை சுழற்றாத ஆண்மை நான்...!
அவசரமில்லா பேராண்மை நான்..!

புரிதலின் பெருமையில் நான்...
ஆண்...!

#கண்ணாடி மனிதர்கள் ♡

அன்பு செலுத்துபவர்க்கு அன்பை கொடுங்கள்....!
ஆதரவாய் நிற்போர்க்கு அவர் அருகில் நில்லுங்கள்...!
அனாவசிய பேச்சாளரிடம் அயர்வான முகம் காட்டுங்கள்...!
முகம் காட்டி சென்றோரை முகம்காணா சொல்லுங்கள்...!
முட்டாள்கள் முன்னே முட்டாளாய் செல்லுங்கள்...!
முடியாது என்போரிடம் முடியும் என சொல்லுங்கள்...!
கடினமான வாழ்க்கையில் கரிசனமாக பாருங்கள்...!
கைக்குட்டை இன்பத்தில் போர்வை கவலை தீருங்கள்...!
கண்டவர் பேச்சை நிலுவையில் வையுங்கள்...!
நடைமுறை வாழ்க்கையில் நிதம் நிதம் ஆளுங்கள்....!

#நன்றிகள்பல

நிலையற்ற காலத்திற்கு..!
நீதான் என்ற வாழ்விற்கு...!
நிறுத்தமில்லா காற்றிற்கு..!
நீச்சலுடை நீருக்கு...!

உலகம் போற்றும் உறவிற்கு..!
உன்னை அறியும் உயிருக்கு..!
உயர்த்த நினைக்கும் படிகளுக்கு..!
உலோகம் கலக்காத உள்ளத்திற்கு...!

அன்பான நாய்களுக்கு...
ஆரவார பேய்களுக்கு...
இலையின் மேல் பனித்துளிக்கு..
ஈசல் வேண்டும் வெளிச்சத்திற்கு...!

உண்மையின் உறுதிக்கு..!
ஊரார் பேச்சின் பொய்யிற்கு...!
எதையும் வெல்பவருக்கு...!
ஏற்ற தாழ்வு மறந்தவர்க்கு..!
ஐவிரல் ஞானிக்கு..!

ஒற்றுமையான உலகிற்கு...!
ஓசை எழுப்பும் வண்டிற்கு...!
ஔவை போல் அன்னைக்கு...!
ஆய்தம் ஏந்தும் கல்கிக்கு...

நன்றிகள் பல...
என்றும் நன்றிகள் பல.....!

#சொல்லாயோ..
#சோலைக்கிளி...

வீசும் காற்றில் வியப்பான வார்த்தை நீ...!
வியர்த்த நேரத்தில் விழி உசத்தினேன் நான்...!
வீதியோரம் யாரோ எட்டிப்பார்க்கும் வேண்டல் நீ...!
வேண்டும்..வேண்டுமென வழி தேடிய உன்னவன் நான்...!
விசைப்படகில் நான்கு திசை நீ..!
கடைசியாக நீ சேரும் திசை நான்..!
நானா என நினைக்கும் ஆச்சர்யம் நீ..!
நாம்தான் என நினைக்கும் உண்மை நான்...!
செல்லமே...சேர்ந்திடவே...
காலமெல்லாம் காதலை சொல்லாயோ....!
கணுக்காலில் கொலுசு வடு நீ...!
கட்டிபிடி வைத்தியத்தில் கமலகாசன் படித்த ஏடு நான்...!
சததியமாக காதல் கதையை..
சொல்லாயோ என் சோலைக்கிளி...!

உவன்

#என்மருமகளே...!

எப்படி இருந்தால் என்ன...
மகளே..மருமகளே...!
எட்டாத தூரத்தில் நான்..
மகளே..மருமகளே...!
என்ன சமைத்தாய் இன்று..
மகளே..மருமகளே...!
என் பேத்தி உண்டாளா..
மகளே..மருமகளே...!

என்றைக்கு வந்து சேர்வாய்
மகளே..மருமகளே...!
என்றெல்லாம் என்னை நினைத்தாய்...
மகளே...மருமகளே...!
என்மகன் அவரை கேட்டானா
மகளே..மருமகளே...!
மகிழ்ச்சியாக உள்ளீர்களா..
மகளே..மருமகளே...!

ஏன் இந்த மனஸ்தாபம்...
மகளே..மருமகளே..!
எத்துனைமுறை கண்ணீர்..
மகளே..மருமகளே..!
மூட்டுகள் வலு இழந்தேன்..
மகளே..மருமகளே..!
தோல்பட்டை வலு எப்படி இப்போது..
மகளே..மருமகளே..!
மதியம் உணவு செய்தாயா..
மகளே..மருமகளே..!
மனம் குளிர வாழுங்கள்..
மகளே மருமகளே..!

மாமாவின் மேல் கோவம் உள்ளதா..
அவன் தம்பியின் மேல் அன்பு உள்ளதா..!
மகன் என்னை கேட்டானா..!
மறைத்து வைத்து அழுதானா...!
மூத்த மகனாய் முன்னே வந்தான்...!
பார்த்துக்கொள் மருமகளே...,!

மனதில்லாமல் முடித்து வைக்கிறேன்...!
வார்த்தைகளை மட்டும்...!
வாழ்க்கையை அல்ல...!

மேனி மனம் பத்திரம்...
மகளே..மருமகளே...!

வாழிய காவிரி

தமிழகம் போற்றிடும் தலையாறே..!
பொன்னியாய் பிறந்தாய் முதலாறே..!
மேற்கில் பிறந்திட்ட தலையாறே..!
தலைக் காவிரியாக உயர்ந்தாயே..!

மன்னிகா தோழி தலையாறே..!
ஹேரங்கி துணையானாய் தலையாயே...!
களஞ்சிய கருவே தலையாறே...!
கடியலூர் கண்ணனார் சொன்னாரே...!

ஒகேனக்கல் உரசி பரந்த அழகியே..!
மட்டும் நொய்யல் பவானி கலந்து..!
கிளைப்புகள் நூறு பரவலாய் பரந்து...!
அமரம் கொம்பு கொள்ளிடம் முடிந்து..!

கார்மேகம் கரு ஏந்தி கைகோர்த்த காவிரியே...!
நெல்மணி நிமிர உனை அழைத்தோமே...!
முட்டி மோதி சென்ற உன்னை தட்டி நிறுத்த இடமில்லை...!
பட்டினிகள் நிறைந்த நாட்டில் நீர் இருந்தும் சோறில்லை....!

ஊரே நிரப்பி காவிரியே..!
ஊழல் லஞ்சம் அமிழ்த்திடு காவிரியே...!
காடுகள் நிறைந்திடும் காவிரியே...!
நாடே பரந்திடும் காவிரியே..!

குருதி நிரம்பிடும் தலையாறே...!
குறைவில்லா வரமே தலையாறே..!
குன்றிலும் குறிஞ்சிலும் தலையாறே..!
நிறைந்த தமிழாவாய் தலையாறே...!

வாழிய..!
வாழிய..!!
வாழியவே..!!!

#உத்தரவின்உளவியல்...

வேண்டியவரை மற்றவரும் வேண்டும் என செய்...!
ஒருதலையாக காதலையும்,அன்பையும் தவிர்...!
பொறாமையை புதைத்து விடு...!
புன்னகை நபர்களை புதையலாக பற்றிக் கொள்...!
புரிந்து கொள்ளாதவர்களை பைத்தியமாக கருது..!
பிறருக்கு புரியாத உனதறிவை மெருகேற்று..!
உணர்வு கொண்டவரை உணர்வால் அணை...!
ஏற்ற தாழ்வு மனிதரை சற்று விலக்கி வை...!
விவாதங்களை புறம் தள்ளு...!
புத்தி அரங்கங்களை கலந்தல் கொள்...!
சாணக்கியனின் கடை பேரனாய் இரு...!
சத்ரியன் வாள் கூர்மையாய் இரு...!

வாழ்க்கையை வசமாய் மாற்றிக் கொள்...!

#போதுமெனலாமே...

இந்த உலகம் போதும்-அதில்
உறவு மட்டும் போதும்....!
அம்மை போதும்-அதில்
அன்பு மட்டுமே போதும்....!
அப்பன் போதும் -அதில்
அதட்டல்கள் மட்டும் போதும்...!
அறுசுவை போதும் - அதில்
ஐந்து சுவைகள் மட்டும் போதும்..!

ஆகாயம் போதும்-அதில்
அந்த மேகம் மட்டும் போதும்...!
மாரி போதும்-அதில்
முதல் ஐந்து துளி போதும்...!
மனது போதும் -அதில்
மயங்கா காதல் போதும்...!
இறகு போதும் - அதில்
வலிக்கா பறவையின் சுகம் போதும்..!

வேதம் போதும்- அதில்
மிஞ்சும் என் தமிழ் போதும்...!
இயற்கை போதும்-அதில்
மின்னும் என் பிறப்பு போதும்..!
சலிப்பு போதும்- அதில்
திரண்டோடும் கண்ணீர் போதும்..!
போதவில்லா உலகத்தில் போதும் என்பதே போதும்..!..போதும்...!!

#இருள்வாழ்வே...

இரனங்களின் காட்டாறாய் மாறியது மனம்...!
எத்தனை காலம் இந்த சூழல்...!
எப்போது மாறும் இந்நிலை...!
ஆறுதலுக்காக பல நினைவுகள் கடந்து செல்கின்றன...!

சந்தோசம் என்பது கானலா...!
நிம்மதி என்பது மழை இல்லா வானவில்லா....!
சிரிப்பு என்பது குறிஞ்சி இரகமா...!
வாழ்க்கை என்பது நின்றோடும் கடிகாரமா...!

தினம் இரவு தூக்கத்திற்கு தட்டுப்பாடு...!
தினம் விடியலில் விழிப்புகளில் இல்லை தட்டுப்பாடு...!
விழியறியாது வழியும் துளிகள்...!
தலையணை தொட்டதும் நடைமுறை தினங்கள்...!

கடுகு உருட்டி உயிர் போகும் நிலையே...!
நாய் வால் அடித்து விழுந்த நிலையே..!
பொய்சிரிப்பை இதழ்கள் மறுக்கும் நிலையே..!
சாமான்யன் நான்..!
வாழ்க்கை இருள் நிலையே...!

#நினைப்பது தானே நடக்கும்..!

நாளை விடிந்தே தீரும்..
நாட்கள் சென்றே தீரும்..
யார் என்ன சொன்னால் என்ன
நீ நினைத்ததுதானே நடக்கும்...

செருப்பு அணிந்தும் குத்தாத முள் இல்லை..
நம்பிக்கை முழுமையாக அமையாத இடத்தில் உண்மை நிலைக்க
போவதில்லை....

சர்க்கரை நீரில் உப்பை கந்தாலும் முதலில் கலந்த இனிப்பு
வெறுப்பிலும் வெறுப்பாகவே அமையும்...

விலை நிர்ணயிக்காத பழக்கடை பழங்கள் போல..
அறியபடாத இடத்தில் நம் வியாபாரம் சூடிபடக்காது இருந்தால்
நலம்...

என்ன தோன்றினாலும் முடிவு செய்தாலும் ...
நீ
நினைத்தது தானே நடக்கும்...

#எண்ணிக்கொண்டேநகர்ந்தவாழ்வு...

இதோ பிறந்து விட்டது இன்று...
எழுந்தும் எழாமல்..!
கழுவியும் கழுவாமல் முகம் பளிச்சிட்டு...!
பற்கரை நீக்கி பசியாற போட்டுவிட்டு..!
பணி எண்ணி களம்ப முனைந்து..!
அடுத்த பணிகளை மூளையில் திணித்திட்டு...!

அம்மாவின் பொறுப்புகளை காதில் தினம்போல் வாங்கி
கொண்டு...
அப்பாவின் உழைப்பை ஆதரவாய் வைத்துக்கொண்டு...
நூறு ரூபாய் பெட்ரோலில் இன்றைய பணி எல்லாம்
தீர்ந்துவிடுமோ என எண்ணிக்கொண்டு...

பசிவரும் வேளையில் சூழலை எண்ணிக்கொண்டு...
தாகம் வரும் வேளையில் பாட்டில் நீரில் நனைத்துக்கொண்டு...
அவ்வப்போது பர்சை எடுத்து பார்த்துக் கொண்டு...
கிடக்கும் நூறு எடுப்பதா வேண்டாமா என எண்ணி முடிப்பதற்குள்
முடித்துவிடும் பணி...
தீர்ந்துவிடும் பசி....
ஆடி ஓய்ந்து அயர்ந்த என்னருகில்..
அயர்வை பார்த்து இருப்பதை போட்டு செய்த உணவுடன் அமர்ந்த
அன்பு....

வாழ்க்கை வாழத்தானே...
வதைக்க அல்லவே...

#இழந்தால்தான்கிடைக்கும்...!

ஒன்று இழந்தால்தான் ஒன்று கிடைக்கும்....!
சிரிப்பை இழந்து இணைப்பு கிடைத்தது...!
நேரம் இழந்து பெயர் கிடைத்தது...!
சிறகை இழந்து உறவு கிடைத்தது...!
வயிற்று வலி இழந்து பசி கிடைத்தது...!

புத்தகம் இழந்து கல்வி கிடைத்தது...!
புரிதல் இழந்து புது வாழ்வு கிடைத்தது...!
வானம் இழந்து வறட்சி கிடைத்தது...!
மானம் இழந்து ஞானம் கிடைத்தது...!

உன்னை இழந்து மண்ணை கிடைக்கப் பெற்றான்...!
திண்ணை இழந்து தரையை படைத்தான்...!
உள்ளம் இழந்து கண்ணீர் கிடைத்தது...!
உயிர் இழந்தால் என்ன கிடைக்கும்...!

படித்தீர்களா அவற்றை...!

உலகின் அனைத்து பகுதிகளிலும் ஏதோ ஒரு தகவல் நம்மை சுற்றி பரவிக்கொண்டே இருக்கும்....
படித்தீர்களா அவற்றை...!

மனிதனில் உடல் நிலைப்பொருத்து அவன் தலை முதல் கால் வரை...
மனம் முதல் நோய் வரை...
நிலம் முதல் வானம் வரை...
பத்தினி முதல் பத்மினி வரை...
அனைத்தும் இக்காலகட்டத்தில் தகவல்களுடன் பரிமாற்றத்தில் அடங்கிவிடுகிறது..
படித்தீர்களா அவற்றை...!

அக்கால தகவல்கள் ஓலையில் எழுதப்பட்டு ஓரிடத்தில் இருந்து மற்றொரு இடத்திற்கு ஒற்றன் மூலம் கொண்டு செல்லப்பட்டது....
தற்பொழுது சொடுக்கிடும் வேளையில் தனிநபருக்கோ,
தலைமையை கொண்ட குழுவினருக்கோ அடுத்த நொடியே செ்றடையும் அளவிற்கு தற்காலத்தில் தகவல் தொழில்நுட்பம் முன்னேறி உள்ளது...
படித்தீர்களா அவற்றை...!

காலையில் எழுந்ததும் கண் விழிப்பது புலனம் என்றானது...
கண்ட செய்திகளும் அதனுள்ளே...
கருத்துகள் நிறைந்த செய்திகளும் அதனுள்ளே...
படித்தீர்களா அவற்றை...!

கைக்குட்டை அளவிற்கு தகவல் தாள்கள் வண்ணவண்ணமாக பரவி கிடக்கின்றன..
யாரும் எடுக்காத காரணத்தினால் கால்நடை தீவனமாய் மாறியது... *படித்தீர்களா அவற்றை...!*

எத்தனையோ தேவை செய்திகள் யார் யாரோ கால் பட சாலைகளில் பறக்கின்றன...காற்று படித்த மீத செய்திகள் அனைத்தையும்... *படித்தீர்களா அவற்றை...!*

ஏதோ சில அவசரத் தேவைகள் நிறைந்த எழுத்துக்களை யார் யாரோ உள்ளங்கைகள் மறைத்த பேருந்து நிறுத்தங்கள் ஏராளம்...என்னதான் கூறியுள்ளனர்... *படித்தீர்களா அவற்றை..!*

  உவன்

உண்மையான செய்திகளும்..உலகாளும் விருதுகளும்
எவரெல்லாம் வாங்கி சென்றனர்...
எவரெல்லாம் இழந்து சென்றனர்...
படித்தீர்களா அவற்றை...!..

உனக்கான இடம் யாருக்கு கிடைத்ததென்றும்...
உன்னுடைய உறவு யாரிடம் இணைந்ததென்றும் எதார்த்த
வார்த்தைகளில் *படித்தீர்களா அவற்றை...!*...

சர்ச்சைக்குரிய சாமியாரும், சமயோசித சீஷையையும்
சிந்தனைக்கடலில் சிலுமிசத்துடன் இணைந்த தகவல்...
படித்தீர்களா அவற்றை...!

மனைவியை சேர்க்க இடமில்லை... இறந்தபின் கொண்டு செல்ல
வண்டி இல்லை...கண்கலங்கி கொண்டே தூக்கிச் சென்றான்
கணவன்..
படித்தீர்களா அவற்றை...!..

அலைகள் நிறைய விழுந்தாலும் மூன்றாம் அலையை நோக்கி
ஓடும் நாடு...
யாரெல்லாம் இருப்பர்..யாரெல்லாம் இறப்பர்.....
படித்தீர்களா அவற்றை...!

நோய் வந்து சாகாமல் பசிவந்து இறந்தார்கள்..பற்ற வைக்க
இடமின்றி கண்ட இடமெல்லாம் எரித்தார்கள்... *படித்தீர்களா
அவற்றை...!*

தொடரும் தகவல்களை தினம் தினம் சூடாய் எடுக்கும்
நாளிதலும்,படிக்கும் நாளிதலும் படித்து வைக்கும் வரை கையை
சுடுகிறதே....
மனதையும் சேர்த்து சுடுகிறதே...
படித்தீர்களா அவற்றை...!..

அதிகம் படிப்போம்...
நல்ல தகவல்களை பகிர்வோம்...
வாழ்க்கையை மாற்ற வளமான செய்திகளை உருவாக்குவோம்...
அணைத்தையும் படித்து அறிவோம்...

மீண்டும் கேட்டுக்கொள்கிறேன்...என்றென்றும் *படித்தீர்களா
அவற்றை...!*....

கவியருவி

நம்பிக்கையான அருவியது...!
யாராலும் நிறுத்த இயலா செம்புயலது...!
திரைக்குள் அடங்காத தீரா புல்லாங்குழல் கானமது....!
செந்தாமரையின் முதல் இதழது...!

விருப்பங்களின் முதல் பக்கமது....!
வாய்ப்புகளின் வள்ளலது..!
பரிசுகளின் தங்க கிடங்கது...!
சாதனையாளர்களின் சொர்க்க வாசலது...!

சத்தியவான்களின் சங்காராச்சாரமது...!
சரித்திர வீரர்களின் போர்முனையது...!
சாமார்த்தியசாளிகளின் மின்னலறையது....!
சகசமான சூழல் நிறைந்த வளியது....!
திறமைசாலிகளின. ஊற்றது...!

உறவுகளின் குடும்பமது...!
மூன்றாவது மனிதர்களாய் பாராதது...!

இனியது...
கனியமுது...
கையுயர்த்தியது..
என்னையுயர்த்தியது..

தேர்வு கொடுத்தது...
திறமை கொடுத்தது...
தளர்வை போக்கியது...
திறனை வளர்த்தது...

நில்லா ஆறின் ஆரம்பமானது..
தாகம் தீர்க்கும் கவியருவியானது....

தொடரும் ஊற்றில் வள்ளுவன் ஓலையாய் நானும்...

குருதிப் பூக்கள்

இரத்தமும் சதையும் குழகுழப்பில் வழிந்த பூக்கள்...!
குறைகளை சொல்லி கும்பிட்டு பிழைக்கும் குலப்பூக்கள்...!
உடல் மொழியில் வலிகள் மறைத்த பூக்கள்...!
உறுதியான வாழ்க்கை காம்புடைய பூக்கள்..!

ஓயாது கடிகாரம் உணர்வாய் கொண்ட பூக்கள்...!
வாசனை இல்லாத உறுதி சுவாசப் பூக்கள்..!
உளைச்சல் தனை உரமாய்க் கொண்ட ஆலமரப் பூக்கள்...!
மௌனத்தில் பல் இழித்து ரனத்தில் செழித்தப் பூக்கள்...!

காசை கரியாக்கும் மகன்கள் முன் உழைத்தப் பூக்கள்...!
கடுகு டப்பாவில் சேமிக்கும் மனைவங்கி கொண்ட பூக்கள்...!
மயங்கும் மாணாக்களை மகனாய் கொண்ட பூக்கள்..!

ஆம்...

ஆசைகளின் சவப்பெட்டி குருதிப்பூக்கள்..!
குலம் அறிந்து கும்பிட்ட சோற்றுப்பூக்கள்..!
குட்ட குட்ட நில்லாது ஓடும் ஆற்றுப்பூக்கள்...!
நீட்டிய கைகளில் ஒரு ருபாய் இரு ருபாய் கரிசனப் பூக்கள்...!

உலகை மாற்ற ஆரம்பித்து உறவை இழந்த பூக்கள்...!
எதிர்த்து பின்பும் பூக்கும் அதிசய அத்திப்பூக்கள்,.!
உருண்டும் புரண்டும் மண் ஒட்டா உழைப்பை இழந்த பூக்கள்...!
உலகெலாம் சுற்றி ஓய்ந்து சுனங்கிய பூக்கள்...!

உயிர் தரித்து
உலகம் பார்த்து..
உண்மையறிந்து
உழைத்து சேர்த்த
ஆண் பூக்கள்...

ஓய்வை மறைத்து..
உறக்கம் மறித்து..
உலகம் இழந்து
உருட்டும் பூனையாய்..
பெண்பூக்கள்....!

கலம் பெற்று
உறவுகொண்டு
கைப்பிடித்து...!

கோல் கொடுத்து
ஈசல் வழி முதல்
கால் கட்டிலின்
தொட்டில் வரை..
தாய்ப் பூக்கள்.....!

காலை எழுந்தவுடன்
கண்ணீர் கண்ணில் கொண்டு..!
கையில் பேனை கொண்டு தர அட்டை ஏந்தும் கல்விப்பூக்கள்...!

அப்பனில்லா விலாசத்தில் அனாதைப் பூக்கள்...!
அடிவாங்கி உணவருந்தும் மழலைப்பூக்கள்...!

தரை பிறந்து
தாலாட்டு பெற்று
கால் முளைத்து..!
கட்டுக்கோப்பான பூக்கள்...!
சலனங்கள் நிறைந்த பூக்கள்..!
நல்லது கெட்டது நிறைந்த பூக்கள்....!

சாஸ்டாங்கல காலடி பூக்கள்..!
மன அழுத்த வெறுப்பு பூக்கள்...!
ஊருக்கே உழைத்து உறவு வளர்த்த பூக்கள்...!

உள்ளத்தில் வலி கொண்ட மறைத்த பூக்கள்...!
உலி கொண்ட சிற்பியின் வலிப்பூக்கள்...!

புன்னகையில் புவியை ஆள ஆண்- பெண்ணாய் பூக்கள்....!

கருத்துகள்...
கவலைகள்...
ஏக்கங்கள்...
இயல்புகள்...

ஆசைகள்...
ஐக்கியங்கள்...
யதார்த்தங்கள்..
வாழ்த்துகள்...
கண்கள் வலித்து..
கண்கள் துடித்து
ஆசை நேரத்தில்

அனைத்தையும் கடந்து செல்லும்...!
கவலைகளில் பீதாம்பரி அழைத்த ஆண் பூக்கள்...!
தந்தைப் பூக்கள்...!

மச்சக்காரி ஏ மச்சினி

வரப்போரம் நா இளைப்பார கழுத்தோரம் மணியாட வந்தபுள்ள..!

எரவாணம் சாய்போரம் சறுகாக சாஞ்சபுள்ள...!

மாமனுக்கு சோட சொல்லி மல்லி உன்ன கட்ட வந்த...!

மச்சகாரி சீமைக்குனு மாமன் சொல்ல சரிஞ்சுபோன...!

சத்தியமா சொல்லுபுள்ள சத்தியவானா நானும் வர...!

தோரணத்த சேகரச்சு மால சூட தேடிவார...!

ஏ அழகி எசக்கி அவ..!
எட்டு நிலவின் சாயல் அவ..!
துட்டு சாயும் நேரத்துல வெட்டிசாய்க்கும் சூரி அவ...!

உச்சிவேல வெள்ள மால...
ஐப்பசி மாச சில்லு மழை..
சாஞ்ச கருதா சிரிச்சபுள்ள...
கண்ணாலம் நாளையிண்ணா கண்ணு சிவந்து முறைச்ச புள்ள...

மாமன்கார காத்திருக்கு நாள சொல்ல மச்சழகி...

அம்மாவின் சமையல்

அரக்க பறக்க அஞ்சுக்கு எழுந்து..
அழகாக தண்ணி அள்ளி அரை சென்ட் நிலத்த நனச்ச...!

அழகான புள்ளிவச்சி அதுக்கேத்த வளைகோட வளச்சி...
சிக்கலான இல்லாம ரங்கோலி போட்டு முடிச்ச...!

அழகான பெண்சிங்க பாய்சலுல...
அடியால வீட்ட சுத்தி கோலமிட்ட...

அப்பன் இன்னும் எழவில்ல...
அரும மகன் பிரளவில்லை....

எட்டிப்பார்த்தா ஆறுமணி-பால் போட ஆனது மணி..

ஏகாம்பரம் வரவில்லையே..
டி காரமாக இடிச்சுவச்சா இஞ்சிக்கொத்த....

மணி சத்தம் கேட்டதுமே..அரையில இரண்டு பாக்கெட்...
தயிருல மூனு பாக்கெட்...

எல்லாம் அள்ளி பிரிட்ஜ்ல திணிச்சு..
அரை லிட்டர் பாக்கெட்ட அளவா கடிச்சி...
சுழிய மேல்பக்கம் திருப்பி நெருப்போ பத்திகிடுச்சி..

அடுப்புல பால் போட்டு..
வாசலுல நீராட்டி..
கோலத்துல பூ போட்டு..
பேரனுக்கு ∴பேன் போட்டு...

கோவக்கார மனுசன் அவன்...
கேட்கும் முன்னே கொண்டு செல்வா...
கொஞ்சிடும் பையன் அவன்..முணங்கிடும் முன்னே கொண்டு
செல்வா...

எட்டுமணி ஆனதுமே...
தயிர் சோறா..
தக்காளி சோறா...
பை எங்க..
என் பேனா மை எங்க...
எல்லா பக்கமும் செவ்வொலி எழ...

பம்பர கயற பல மீட்டர் சுழட்டியது போல...
சுத்திய பம்பரம் நிக்காம ஓடுதங்க...

பசிமறந்து...
ருசிமறந்து...
கடிகார முள் மறந்து...
கைத்தடி பிடக்கும்வர ஓடாக சுற்றுகிறது

என் அம்மாவின் சமையல் பயணம்....

தினப்பிரதி

நேற்றைப் பிரதி எடுத்து
கசக்கிய கண்களுடன்
கோழிக்குஞ்சுகளை திறந்துவிட்டு
தூக்கத்தின் விழிப்பில் சமையலறை அடைகிறாள் அம்மை....

அயர்ந்த உறக்கத்தில்
தலைக்குமேல் வானொலியை ஒரு திருகு திருகி வாயடைத்து
மறுபக்கம் புரள்கிறார் அப்பன்...

நிமிராத இருசக்கர வாகனம் மேல் ஏறி எட்டி எட்டிப் பார்த்து
அழைக்கிறது 'பாப்பு' எனும் பூனை....

எழுந்தாரா என மகனை கேட்ட ஒலியில் தட்டுதடுமாறி
தேடுகிறார் அப்பன் ஆறாம் விரல் சுருட்டை....

திருந்தவே மாட்டார் எனப் பொறுமிக்கொண்டே பொறுப்பாக டீ
கொண்டு வைத்து செல்கிறார் அம்மை....

இன்று போல்தான் தினமும் என தோன்றிய வார்த்தைகளை
சரளப்படுத்தி
கடுகுடன் சேர்ந்து வெடித்துக் கொண்டே அவள்....

அம்மா....

எல்லையில்லா காதல் பயணம்...

கல்லூரி முடிந்த பின்பு
காதல் பூக்க ஆரம்பித்தது...

பிரிவு தொடரும் பொழுது அன்பும் தேடலானது...

தேடல் அதிகரிக்கும் பொழுது தேவையற்ற வார்த்தை மூண்டது....

பேருந்து பயணங்கள் சில்லென நினைவுகளை பின்னோக்கி
தள்ளியது...

கண்ணாடி மட்டும் வலி
அவள் தோலில் நானும்
அவளின் சாயலையும் உணர்த்திவிட்டு போனது...

அலைபேசியின் ஐந்து வருட முன் நிரம்பி கிடந்த அவள் அழைப்பு
பட்டியலை அவ்வப்போது புரட்டி புரட்டி ஞாபகங்களுக்கு
நினைவூட்டுகிறது மனது....

புலனத்தின் முதற் வரிசையில் இருந்த அவள் பெயர்..
நாட்பட நாட்பட சேமிப்பு பெட்டியிலே தூக்கிப் போடும் நிலையில்
மாற்றியது மனதை...

அவ்வப்போது புலனத்தில் யாரோ ஒருவரின் பேச்சில் அவள்
வார்த்தைகள் எளிதாக நினைவூட்டி விடுகிறது..

மனம் விருப்பத்தில் பூத்த வெறுப்பு பூக்களாக தினம் பூத்து
குலுங்குகிறது....

புன்னகை மறந்த நிலையில் காலங்கள்...!

என் பிழைத்துப்போன இருட்டான நாட்கள்

வாழ்வில் பிறக்கும் நாட்கள் எல்லாம் வைரம் மின்னும் நாட்கள்
அல்ல....!

பிறப்பிலிருந்து இறப்பு வரை பலருக்கு சிறப்பு நாட்கள்...!

பிறந்த துயரம் மறந்திடவே பலருக்கு மன்றாடி கலங்கும் கறுப்பு
நாட்கள்...

சத்தியமாக சொல்லிவிடுகிறேன்...
என் சந்தோசங்கள் தோன்றி எதிர்பார்த்து காத்திருந்த கருவறை
நாட்கள்....

தொப்புல் கொடி உறவாலும்
அம்மை அவள் உயிராலும் ஒருவித சுகம் கண்ட முந்நூறு
நாட்கள்....!

பிறப்பை நோக்கி நகர்ந்த நாட்கள்....
பிறப்பில் அம்மை அழுத நாட்கள்...
அப்பன் என்னை தழுவிய நாட்கள்....
தொட்டு தொட்டிலில் போட்ட நாட்கள்...

பெயரில் உலகை ஆள வேண்டி..
தேடிப் பெயர் வைத்த நாட்கள்...
தேனும் குங்கும்ப்பூவும் திகட்டும் அளவிற்கு தின்ற நாட்கள்....

தினம் என்னை பார்க்க அப்பன் ஓடி வந்த நாட்கள்....

எனக்கு துணை வேண்டுமென்று புன்னகையில் புரிதல் நாட்கள்....

அழகு நிறைந்து அன்பைக்கொட்டி அடி எடுத்து வைத்த நாட்கள்...
ஐந்து வயது கடந்த போது அப்பன் அம்மையை பிரிந்த நாட்கள்
.....
பள்ளி பருவம் முடிந்த பின்பு இளமை காதலில் கரைந்த
நாட்கள்....
அடுத்த நிலையை தொடக்கி வைத்த கல்லூரி காதலில் திளைத்த
நாட்கள்...

நட்பில் மூழ்கி வளர்ந்த நாட்கள்..
கலவும் கற்று தேர்ந்த நாட்கள்....

காலம் போக...வயது போக அனைத்தும் பழகி போன நாட்கள்....

யாரை நம்பி யாரை இழக்க அனைத்தும் தூரம் ஆன நாட்கள்...

சேர்த்த சொத்து கரைந்த நாட்கள்...
சொத்தின் சுழியில் உறவுகள் பிரிந்த நாட்கள்....

யாவும் கடந்து போன போதும் வாழ்க்கை துணை இணைந்த
நாட்கள்....

வாழ்ந்து கெட்ட நாட்கள் எல்லாம் துணையின் மடியில் மொழிந்த
நாட்கள்....

எல்லாம் அவளே என்ற நாட்கள்...
என் பெற்றோர் இறந்த நாட்கள்....
எனக்கோர் உயிர் தளிர்த்த நாட்கள்...
பெற்றோரே என மகழ்ந்த நாட்கள்...

காலத்தின் ஓட்டத்திலே நான் ஏற்றதெல்லாம் இன்ப நாட்கள்..

கவலையிலும்,
துயரத்திலும்
நான் பிழைத்துபோன அந்த இருட்டான நாட்கள்...

பேணிகாத்து பிறந்த முந்நூறு நாட்கள்..
பள்ளி சென்ற ஒன்னனரை இலட்சநாட்கள்...
முடித்து அகன்ற இரண்டனரை இலட்ச நாட்கள்...
கல்லூரியில் மின்னிய ஆயிரம் நாட்கள்...
காலத்தின் ஓட்டத்தில்
விதியின் முடிவில் என் பிழைத்துப் போன இருட்டான நாட்கள்....

காலம் வழியது..
காலம் வலியது...
காலம் மருந்தது..
காலம் சிறந்தது...

சில நேரம்...

மனிதனின் வாழ்வில் சிலநேரம் இன்றியமையாத்து...

சில நேரம் இன்பம் கொடுக்க கூடியது...

சில நேரம் ஏனடா வருகை என எண்ணி பயந்து தயங்கி
ஒதுங்கும் நிலையுண்டு....

அன்பானவர் சில நேரம் வித்தியாசமாக நடந்து கொள்வதுண்டு...

கோவம் கொண்ட பழம்பெரும் மனிதர் சில நேரம் சிரிப்பால்
நம்மை ஆழ்த்துவது உண்டு....

அழகிய உறவுகள் சில நேரம் ஆபத்தை உண்டுபண்ணுவதுண்டு....
சில நேரம் உடன்துணையாக இருப்பதுண்டு..
ஊடாக குழப்பத்தை கொடுப்பதும் உண்டு..
ஏடாக அறிவை வளரத்து விடுவதுண்டு....

சிலநேரம் இன்பங்கள் மொத்தமும் தலைசாயக்கூடும்...

சிலநேரம் கண்ணீரை துடைத்து காலம் புன்னகையை தரக்கூடும்..

சிலநேரம் அம்மையப்பன் ஏசுவதுண்டு...
சிலநேரம் பசி என்று நம்மை கெஞ்சுவதுண்டு...

சிலநேரம் சூரியன் தாமதமாய் உதிப்பதுண்டு...
சிலநேரம் மாலையில் விரைவில் மறைவதுண்டு...

சிலநேரம் புதுக்குழந்தை நம்மிடம் வருவதில்லை...
சிலநேரம் நம் குழந்தை நம்மை சேர்த்து இருப்பதில்லை..

பல சந்தர்ப்பங்களில் சில நேரம் பல சூழல்களை மாற்றி
அமைக்கக்கூடும்...

வாழ்வில் சில நேரம் பல மாற்றங்களே...

வாழ்வோம்..இனிமையாய்.....

தோழனும்...தோழரும்....!!!

தோழன் எப்போதுமே தோழராக மாற இயலாது...

ஆம்..
 தோழன் என்பவன் யார்..
ஆபத்து காலத்தில் தனது உயிருக்கு உயிரான நண்பனுக்கு
அதாவது தோழனுக்கு ஏதாவது இடர் ஏற்பட்டால்,ஈடர்
பொருள்,காலம் பாராமல் தன்னால் இயன்றதை அவன் உடன்
இருந்து தோலுக்கு தோல் கொடுப்பவன் *தோழன்* ஆகிறான்...

ஆனால் *தோழர்* என்பவர் யார்..
தோழர் என்றாலே ஒரு தைரியம்....
ஒரு அறிவின் தமிழ் தமிர்...
ஓர் சாதனை முகம்...
ஓர் கம்பீரமான மனிதன் என்ற பொருள்களுக்கெல்லாம் சமமாக
கருதப்படுபவர்.....

எந்த சூழலாக இருந்தாலும் பச்சோந்தி மனங்களை சாராது,தானாக
யோசித்து தனியான தீர்க்கமான முடிவெடுத்து சிந்தித்து
செயலாற்றி சிறப்பான முறையில் சாதனைப்பனைப்பவர் *தோழர்*
ஆகிறார்...

உடன் இருப்பவன்
தோழன்....உள்ளத்தாலும்,கருத்தாலும்,செயலாலும்
ஒருங்கேயமைந்த ஒரே கருத்துகளைக் கொண்ட பகுத்தறிவு
வாதிகள் *தோழர்* பெருமைக குறியவர்கள்...

இதன் அடிப்படையிலே...
தோழன் என்றுமே தோழர் ஆகப்போவதில்லை..அவன் ஒரே
கொள்கையை கையாளும் வரை....

 உவன்

மதில் மேல் பூனையும் - நானும்

எந்த ஒரு மனிதனும் ஏதோ ஒரு சூழலில் மதில் மேல்
பூனையாக நிற்கும் நிலை வந்தே தீரும்...

ஒருநாளைக்கு நூறு என ஆயிரம் யோசனைகளில் மிதந்து
கரைந்து தவிப்பவன் ஆண்...

யாரோ ஒருவன் தூரமாக நின்று 'இவனால் என்ன இயலும்'
என்ற வார்த்தைகள் புளித்து போன ஒருவன்..ஆண்...

அம்மை அப்பனின் உதாசின உயிராகிறான் ஆண்..

திருமணமானது சில கடும் வார்த்தைகளை கட்டியவளே கூறும்
நிலை ஆகிறான்...

நிம்மதி எந்த பக்கம் என பார்த்து பார்த்து குதிக்கும் இடம்
தெரியாது கலக்கத்தில் தவிக்கும் பூனை ஆகிறான்...

சரி எது தவறெது யார் கூறக்கேட்டாலும் சரியாக அமையும்
என்றும்,கூறிய நபர்களில் யார் உண்மையாளர் என்பதையும்
அறிய இயலாத மதில் மேல் பூனை ஆகிறான்....

சரித்திரம் பெற எண்ணி, சட்டை பட்டன் வாங்க
பணமின்றி,நேரமின்றி தவிக்கும் கண்ணீர் நிரம்பிய பூனை
ஆகிறான்...

வாழ்வியல் நெறிகளிலும்..
வாழ்க்கையின் வழிகளிலும்..
எந்த பக்கம் நேர்த்தி..
எந்த பக்கம் உண்மை..
எந்த பக்கம் உறவு...
என்று எண்ணி எண்ணி மதில் மேல் கால் உடைந்து நிற்கும்
பூனை ஆகிறான்....

சில நொடிகள் முன்னோக்கி பார்ப்போம்...
சில நொடிகள் பின்னோக்கி பார்ப்போம்...
பயணத்தை சிரித்து கொண்டே தொடரலாம்...
இதுவும் கடந்து போகும்...

அம்மா

ஆயிரம் துன்பங்கள் வந்த போதும்../
அனுதினம் சோகம் வந்து போகும்../
அத்தருணம் என் நினைவின் முழுதும்../
ஆறுதலை
அன்னைமடி தந்து போகும்.../
அரைநொடி கிடைத்தால் போதும் எனக்கு ../
என் அன்னையை நனைத்திடுவேன் கண்ணீர் கொண்டு...../
இயற்கை வரைந்த ஓவியம் கன்னியென்றானதோ../
என்னைப்பெற்று இவ்வுலகில் அன்னை என்றானதோ.../
ஆடிய தொட்டிலில் கிழிந்தப்புடவை நீயே../
ஆசையாய் வடித்திடும் கஞ்சியாய் நீயே.../
நிலாச்சோறு நீ கொடுக்க இல்லையே.../
நிலவாக நான் நினைத்தேன் உன்னையே.../
ஆடி ஓடும் ஆட்டுக்குட்டியின் பாசை../
அசைபோடும் பசுங்கன்றின் பாசை../
துள்ளியோடும் புள்ளிமான் ஓட்டத்தின் பாசை../
மலடியின் ஏக்கத்தில் வந்த ஆசை.../
கன்னியும் ஒரு வகை கடவுளம்மா../
என்னை கண்டெடுத்த கண்கடவுள்
என் அம்மா...../
என் நாவோ வலம்புரண்டு../
வார்த்தை எல்லாம் கரைபுறண்டு ../
கரையேறும் நேரத்துல முதல் கசிந்தசொல் உன்னதம்மா.../

இவனு(ரு)க்கு வேறு வேலையில்லயடா....!

வாழ்க்கையில் அனைத்தும் கண்டு,அனைவரின் மனநிலை
அறிந்து,ஒவ்வொரு சூழலையும் அனுபவித்து,
அனைவருக்கும் நல்லது செய்து,நல்லது கெட்டது
ஆகத்தெரிந்து,பலரால் நற்பெயர் கிடைத்து,பலரால்
அவமானங்களை ஏற்று, பலர் முன் ஒரு கோமாளிபோல்
நடைபோடும் *இவருக்கு வேறு வேலை இல்லை....*

குடும்பம்,வேலை ,சம்பளம், கடன்...கவலைகளின் இறுதியில்
கண்ணீர்,
விடிவுகாலத்தை எண்ணி எண்ணி பர வழிகளை தேடி முட்டி
தேய்ந்த இந்த முட்டாள் மனிதனாகிய *இவருக்கு வேறு
வேலையில்லை...*

நேரத்திற்கு எழு,
நேர்த்தியாக பேசப்பழகு,
நீமிடம் தாண்டி யோசிக்காதே,
நீ நீயாக மட்டும் இரு என்று நல்ல விடயங்களை எடுத்துக்கூறும்
அப்பனாகிய *இவருக்கு வேறு வேலையில்லை...*

அழகாக துணி உடுத்து,
அடக்கம் உடக்கமாக இரு,
அறியாதவரிடம் அதிகமாக பேசாதே,
அவசரமாக எதையும் செய்யாதே,
அனைவரையும் அன்பால் பழகு,தேவையான இடத்தில்
கோவத்தை கொட்டிதீர்..,
சந்தோசத்திலும், கவலையிலும் நிதானம் இழக்காதே என்று
அக்கரையில் உடன் பயணிக்கும் *இவருக்கு வேறு
வேலையில்லை*

அனைத்தும் அறிந்த அனுபவசாலிகளுக்கும்,எல்லாம் தெளிந்த
ஞானிகளுக்கும், பலபேர் வாய்மொழி அறிந்தவர்க்கும்,பல பேர்
வசைபாட மேலுயர்ந்தவர்க்கும் அனைவரின் மத்தியில்
கிடைக்கும் அறிய நற்பெயர் *இவருக்கு வேறு
வேலையில்லயடா...!*

நல்லோர் சொல் கேட்போம்..!
நாளும்
நல்லதை அறிவோம்..!

யாருக்குதான் கவலையில்லை...!

ஒரறிவு சீவன் முதல்,ஆறறிவு மனிதன் வரை யாருக்குதான்
கவலையில்லை...!

காலை தோன்றும் சூரியனுக்கு மாலை தோன்றாதா என்ற
கவலை...!

கூடிப்பிரிந்த மேகத்திற்கு
காற்று கூடி சேர்க்காதா என்று கவலை....!

அகலப்பரந்து ஓடும் நதிக்கு இடையே பாலம் இருக்காதா என்று
கவலை....!

இடையே பாலம் இருந்தாலும் நிறுத்தும் தகடுகள் இருக்காதா
என்று கவலை...!

பிறந்த குழந்தைக்கு அன்னை தூக்கும் வரை கவலை....!
தாய்மாமன் தூக்கி கிள்ளிவிடுவானோ எனக் கவலை...!

இளமையான காளைக்கு இப்படியேதான் வாழ்க்கையா
எனக்கவலை...!

பிரம்மச்சரியம் முடிந்த மனிதனுக்கு ஒவ்வொரு நாளும்
கவலை....!

நிலாவிற்கு பௌர்ணமி முடிந்தால் கவலை....

அமாவாசைக்கு அந்தி சாய்ந்தால் கவலை....!

இருளிற்கு விடியும் வரை கவலை..!
விடிந்த பகல் இருட்டும் வரை கவலை...!

வாழ்விற்கு சிக்கிய நிலைகளெல்லாம் கவலை...!
ஒவ்வொரு நிலைகளிலும் அடுத்த சூழலுக்கு கவலை....!

ஆடி அயர்ந்த மனிதனுக்கு கடந்தகாலத்தில் இழந்தது எல்லாம்
கவலை...!

அப்பாவின் தடியின் நுனிக்கு அவரின் இறுதிகாலம் கவலை...!

                                         உவன்

ஆயிரம் வாங்கியவனுக்கு அடுத்த மாசம் கவலை...!
ஆயிரமாயிரம் வாங்கியவனுக்கு ஒவ்வொரு நாளும் கவலை...!

வீடு வளர் பிராணிகளுக்கு அடுத்த வேலை உணவு கவலை....!
அடித்து துரத்திய நாயின் கோவத்தில் இழந்த எலும்புதுண்டு
கவலை...!

அப்பனுக்கு பிள்ளைகளின் வளர்ச்சியில் கவலை...!
அம்மைக்கு பிள்ளைகள் உணவருந்தவில்லையெனில் கவலை..

ஆயிரம் கவலைகள் நம்மை கடந்து போகும்...
ஆசைகள் உண்மை மறந்து,உறுதி இழந்து ஏமாற்றம் பெற்று
இறுதியில் கவலைகள் நிறைந்து போகும்...

எப்படி வாழ்வோம் எனும் கவலையில், இப்படிதான்
வாழவேண்டுமென கவலையில் காலத்தை நகர்த்தி நகர்வோம்..

உண்மையில் சொல்லபோனால் *யாருக்குதான்
கவலையில்லை...!!!*

காதல்

காதல்.. 🖤

உலகத்தை மறந்த நிலை...!
அந்த கடவுள்களை மறக்க வைத்த நிலை..!
ஆம் கேட்டதும் உடல் சிலிர்க்க வைப்பது...!
கோடைகாலத்தில் ஊட்டியின் பருவகாலம்....!
ஆடைகளின் வண்ணங்கள் அவளுக்கான வானவில்....!
ஐந்தறிவு சீவன்களெல்லாம் அவனுடன் படித்த பிள்ளைகளாய்
மாறும்....!

உலகம் பரந்து பார்த்த காதல்...!
உலோகம் கரையும் உன்னத காதல்...!
முத்துக்குளிக்க வைத்திடும் காதல்...!
முட்டாள் பலரை முதிர்ச்சியாய் மாற்றும் காதல்...!

கடுகு வெடிக்கும் கிட்சனில் கடிதத்தின் வரிகள் வெடிக்கும்
சத்தம்...!
காற்றின் சாரல் எல்லாம் அவள் சொன்ன காதல் வரிகளாய்
காதில் விழும்....!
காக்கை கரைதலும் அவள் வருகையாய் தோன்றும்...!
கட்டியணைக்கும் நண்பன் முகம் அவ்வப்போது அவளாய் மாறி
புன்னகைக்கும்....!

ஆம்

காதல் என்னுள்..

அனைத்து திரைப்படத்திலும் அவளே கதாநாயகி....!
அனைத்து மலருக்கும் அவளே சொந்தக்காரி..!
பகலவனும் பல்இழிக்க மணி நேரம் முன் தோன்றுவான்...!
பறபசையும் பற்நாரும் அவளுக்காக தினம் எதிர்நோக்கும்....!

காற்று நிரம்பிய மனிதனானேன்....!
வானத்தில் பறக்கும் நிலையிலானேன்...!
அவளை பார்க்க தினம் எழுந்தேன்...!
அவள் சிரிப்பில் அனைத்தும் இழந்தேன்....!

ஆசைகளை அள்ளிச்சென்று ஐந்து அங்குல ரோசாவாக்கினேன்..!
அழகாக நான் மாற நன்பனை கடனாளியாக்கினேன்...!
தினம் சாலை நின்று காவலரை மிஞ்சினேன்...!
காவலர் கேட்ட கோப்புகளுக்கு காதல் வசனம் பேசினேன்....!

என்னடி மாயமிது...!

பகலிலும் பலகோடி நட்சத்திரங்கள்...!
பார்க்கும் இடமெல்லாம் உன் முகங்கள்...!
பாதங்கள் இரண்டும் உன்வீட்டிற்காக வருகை.....!
தினம் விரித்து மடிக்கிறேன் நம் காதல் சிறகை...!

பலபேரிடம் பல்முனை பேச்சாளன் நானே...!
இந்த காதலை சொல்ல மண்ணாங்கட்டியாய் மாறிப்போனேன்....!
கைக்குட்டையில் உன் பெயர்...!
பார்க்கும் இடமெல்லாம் உன் சாயல்....!

கன நேரத்தில் மாறிப்போனது எல்லாம்...!
கண்பார்வைக்கு காத்திருந்தேன் பல நாட்கள்...!
காதல் காதல் என்று கல்லூரியில் முழுமையடைந்தேன்...!
கடைசி இருக்கை தினம் தினம் முன் இருக்கையாகிட்டு...!

காதல் என்றால் இதுதானோ..!
அம்மாவின் திட்டுகள் இனிப்பான பலகாரங்கள்..!
அப்பாவின் கோவங்கள் அழகாய் மின்னிடும் மின்மினிகள்..!
இரு சக்கர வாகனத்தில் தங்கத்தேர் ஊர்வலம்....!
அவள் நினைவு வந்து விட்டால் நிலவின் நடுவில் ஊர்வலம்..!

என்ன நான் சொல்ல...
என் எல்லாம் ஆன அவளை...!
காதலே..
என் காதலே...!!

என்றும் என்றென்றும்...

நீயே என்னவள்..
நீயே என் எல்லாம் அவள்...!!!

வெறுமை காணா வறுமை

தினம் எழுகை சிரிப்பிலும் அழுகை..!
கையேந்த இன்று வரை மனமில்லை..!
புழுங்கல் வெந்ததும் புன்னகை முகத்தில்..!
புத்தி உண்டு நிறைய அகத்தில்...!

வடித்த உணவில் விடிகிறது நாட்கள்...!
படிக்க விரும்பி முடிகிறது தாள்கள்...!
சலித்துப் போன பிறவி ஆட்கள்...!
அழிக்க வேண்டாம் துள்ளிடும் மான்கள்.. !

குடில் முழுதும் வெளிச்சம் உண்டு...!
நல்லோர் இல்லாத அச்சமும் உண்டு...!
கட்டாந்தரை படுக்கை கொண்டு..!
கனவுகள் பல இரவினில் உண்டு...!

காலத்தின் ஏடுகளின்   எங்களுக்கு வறுமை..!
சிரித்துக் கொண்டே நகர்ந்து செல்வோம்..!
சிரிப்பிலும் உண்டு கோவத்திலும் பொறுமை..!
என்றும் வெறுமை காணா வறுமை...!

வெறுப்புகள் மறுத்துப் போனாலும்..!
சிரிப்புகள் சில்லரை தூவுகின்றன...!

சிந்தனை ஆயிரம்

தூரங்கள் எதையும் தீர்மானிப்பதில்லை...!
மனங்களின் பாதையில் விதைகள் மரமாகிக் கொண்டே
வருகின்றன....!
மனங்கள் விடைபெற்றுக் கொண்டே நகர்கின்றன...!
எந்த கோட்டிற்கும் முன் ஒன்றும்,பின் ஒன்றும் வரைந்திடும்
மனம்....!

விரலுக்கு இடையில் கடைசி நொடியாக பட்டாம்பூச்சி மனம்...!
விரலைக் கொண்ட சாம்பவான்களின் மனம்...!
தூரத்து பார்வைகளில் எதுவும் மாறிடாது....!
சிலைகளுக்கு உணர்வு உண்டு என்பதை யாரோ ஒருவரின்
'அடடா என்ன அழகு' என்பதில் புன்னகைக்க வைக்கிறது
இயல்பு....!

சாலையில் காணாதா மேடு பள்ளம்...!
சரித்திரிமா என அறியாத நாளைய பொழுது...!
சத்தியமாக எனக்கூறும் குழந்தை சொற்கள்...!
சுழற்றிப் பார்க்கும் குறுட்டு மனங்கள் என...
காலம்...புன்னகையில்...!

யாரும் காணாத இருட்டில் பல உண்மையும், பகலில் பொய்களும்
நகர்ந்து கொண்டுதான் இருக்கின்றன....!
சாலைப்பள்ளங்கள் ஒருபோதும் சாலையை விழுங்கி
விடுவதில்லை...!
மாலை இருள் ஒருபோதும் நாளை விழுங்கிவிடப்
போவதில்லை....!

தட்டை ஏந்தியக் கனவு

நாள் முழுதும் நல்லுணவு வேண்டும்.../
எங்கும் கிழியாத நல்லுடை வேண்டும்../
தட்டேந்தும் நிலை மாறிடவேண்டும்.../
தட்டிக் கழிக்காத நல்மனிதர்கள் வேண்டும்.../

இன்று மட்டும் நல்லுறவு வேண்டும்../
அட்டானி போட்டாளும் வசையாளர் வேண்டும்.../
துர்நாற்றம் மறந்த காற்று வேண்டும்.../
தூய்மை நிறைந்த இருப்பிடம் வேண்டும்.../

முகச்சுழிப்பு முறுவல் வேண்டும்.../
முன்பின் காணாதவர் நகைத்தல் வேண்டும்.../
நீங்கிய உறவு அருகில் வேண்டும்../
அலுமினிய தட்டு அக்சயமாய் வேண்டும்.../

இன்றோடு கோணிக்கு விடுப்பு வேண்டும்.../
தேகம் எல்லாம் சவ்வாதாக வேண்டும்.../
அம்மாப்பா மொழி மறதி வேண்டும்.../
மீண்டும் இன்னொரு நாள் வேண்டும்.../

யாரும் இல்லா சூழலில் தவிக்கிறது மனம்..!
தட்டி தடுமாறி வேண்டுகிறது தினம்..!
உணவில் பசியாற்ற மனம் வேண்டும்..
உனக்கு ஏன் எல்லாம் என்ற எண்ணம் வேண்டும்..!

நாலுபேர் வாசலில் வரவு வேண்டும்..!
அந்த நால்வருக்கு தனம் அள்ளி நான் தர வேண்டும்..!
சக்கையாக எண்ணாத உறவு வேண்டும்..!
சற்றும் பாராத ஏளனப்பார்வை வேண்டும்..!

மடல் கரைந்த அப்பா

அன்புள்ள அப்பாவே நலமா...!
இங்கு எல்லோரும் நலமே...!
எப்போது இங்கு வருவாய்...!
எனக்கு பிடித்த பூனை வாங்கி தருவாய்...!

நீ சென்ற இடம் தரமா..
மாதமாதம் சம்பளம் வருமா...
அம்மை தினம் தேடுகிறாள் உன்னை..!
தம்பி தினம் காத்திருக்கிறான் திண்ணை...!
ஊர்ப்பிள்ளை விளையாடும் அப்பனின் நிழலில்...
யார் வந்து விளையாட இப்போது என் அருகில்...!

நண்பரெல்லாம் நாளும் எழுத உன்னை எழுதி வென்றேன்
கோப்பை...!
அலமாறி பார்த்தது..
அம்மாவும் பார்த்தாள்..
அனைத்தும் காண நீ எப்போது வருவாய்...

அன்னை அடிக்க தடுக்க சென்றேன்...
கிறுக்கிய தம்பியின் கிறுக்கலில் நீயே...
சுற்றுலா பயணம் சுற்றிட ஆசை...!
விரல் நுனியில் பயம் போக்கும் நீ என்று வருகை...!

திருவிழா வருகிறது அடுத்த மாதம்...!
இராட்டினம் ஆடிட காண நீ வேண்டும்...!
தினம் உண்ணும் உணவுகளை நானே அள்ளி உண்கிறேன்..!
நிலாவினை வெறுப்பேற்ற நீ இங்கு வேண்டும்...!

கணக்கு வாத்தியார் கடுப்பேற்றுகிறார்...!
கண்டிக்காத கணக்கு புரிய நீ வேண்டும்...!
அம்மையின் சுத்தத்தை கண்ட நான்..!
கற்றுத்தரும் துடைப்ப கல்வி பயில வேண்டும்...

நான் கேட்கும் அறியாமை கேள்விக்கு அறிவாக பதில் அள்ளி
தரவேண்டும்....
எத்தனையோ ஆசைகள் மனதோரம்...
தினம் எழுந்தால் என் விழிகள் கதவோரம்...
நாளை நீ வருவாயா...நாளை கழித்து வருவாயர்...

கதவோரம் பார்த்துவிட்டு கண்ணீர் விளக்கேற்றுகிறேன்....
உன் புகைப்படத்தின் நேரில்...

அன்புள்ள அப்பா...

வந்தவரெல்லாம் தங்கிவிட்டால்...

போக்குவரத்தில் விளக்குகள் தேவையில்லை...!
பாட்டன்,பூட்டன் ஒரப்படுக்கை...!
பாட்டி,பூட்டி ஒர உரல் குத்தல்...!
கையெழுத்து பத்திரங்கள் ஏராளம்..!

கைநாட்டு மை குப்பிகள் ஏராளம்...!
கலாச்சாரம் அழிவு குறைவாகும்...!
கைப்பேசியில் விளையாட்டு குறையும்...!
பேரன் பேத்திகள் பட்டியலில்....!

ஆலமரம் சொந்தம் உருவில்....!
சந்தோசங்கள் முதுமை உருவில்..!
காக்கைகளின் கூட்டம் முஞ்சிவிடும்...!
கானி நிலங்கள் ஆக்கிரமிப்பாகும்...!

காலங்களுக்கு காலண்டர் தேவையில்லை...!
கடிகாரம் முள் ஓட்டம் காணப்படுவதில்லை..!
கணினியும்,சையலியும் ஊமையாகிவிடும்...!
அன்பும், பண்பும் ஆமையாகிவிடும்....!

ஆயிரம் காலத்து பயிர்கள் ஆயிரமாகும்...!
அனைத்தும் நிறைவின் உச்சம் பெறும்...!
இல்லங்கள் மாளிகையை மிஞ்சிவிடும்....!
வந்தவரெல்லாம் செல்லாமல் இங்கேயே தங்கிவிட்டால்...!

கனவுகளை சொல்லலாமா...!

காலை எழுந்தவுடன் முழுக்கனவை சொல்லிவிடு...!
இல்லையென்றால் மறதி கனவை முழுமையாக தின்றுவிடும்....!
சில நேரம் கழிந்தால் இடம் மறக்கும்....!
சிறிது நேரம் கழிந்தால் காலம் மறக்கும்...!

சிறுது நேரம் கழிந்தால் பொருட்கள் மறக்கும்...!
கண்டவரெல்லாம் மறந்து செல்வர்....!
யாரோ ஒருவரின் புகைப்பிம்பம் கண்முன்....!
யாரோ ஒருவரின் குரல் மட்டும் நினைவில்...!

கனவின் வசனங்கள் நமது குரலிலே செவி உணரும்...!
மௌனமான யோசனைகள் கண்டிப்பாக கருவை கண்டறியும்...!
ஆனாலும் உண்மையில்லாத உருவங்கள் வந்து நிற்கும்....!
யார்யாரோ பின்குரலில் வசனங்களை கூறிச்செல்வர்...!

இருட்டின் களம் பகலாய் தெரியும்- பகலின் களம் இருளாய்
தெரியும்...!
திடீரென கேட்ட குரல் கனவில் வந்து பேசும்...!
சாயங்காலம் கண்ட நபர்கள் கனவுகளில் பார்வையாளர்கள்...!
என்றோ பார்த்தவர் கனவில் உடன் வருவார்-ஆனால் விடிந்த்தும்
அவர் உருவில் நாம் தெரிவோம்....!

உடைகள் புதிதாக மாறக்கூடும்..!
உண்மையும் பொய்யும் சண்டையிட்டுக் கொள்ளும்..!
சாமர்த்தியமானவன் கோழையாகி போய்விடுவான்...!
எழுந்து நடக்க முடியாதவன் ஏரோப்ளேன் தாண்டி பறப்பான்...!

கனவுகளில் உண்மைகளுக்கு பஞ்சம்...!
கனவுகளில் வாணவில்லில் வண்ணங்கள் மிஞ்சும்...!
நினைவில் கிடைக்காத அனைத்தும் கனவில் பெற்று
இன்புறுவோம்...!
மீண்டும் கனவை சொல்லலாமா....!

அந்த கும்மிருட்டில் அழுகையின் குரல்

கண்ணைத் திறந்து பார்த்தேன்..ஒரே இருட்டு..!
உடம்பெல்லாம் ஏதோ ஒரு குத்தல்...
என்ன இது ஒரு வெளிச்சம் வந்து வந்து போகுது...
பக்கத்தில் ஏதோ ஒன்று கொடூரமான சத்தம் கேட்கிறது...
என்னவாக இருக்கும்...?
தண்ணியில் இருந்த நான் தரையில் வந்ததெப்படி...
ரொம்ப தூரம் கேட்ட சத்தம்..
என் காலடியில் நிற்கிறது..

ஏதோ ஒன்று என் காலை கவ்வி இழுக்கிறது..
வாய் திறந்து பேச முடியவில்லை...
அழுகையை தவிர வேறொன்றும் இல்லை..
குத்திய முட்கள் உடம்பெல்லாம் கிழிக்க..

பட்டப் பகல் இல்லாத நடுரோட்டில் நான் விழுந்தேன்..
குழந்தை கையில் பொம்மைப் போல..
ஏதோ ஒன்றின் பசிக்கு இரையாகப் போகிறேன்..
ஐயோ..! எனக்கு வலிக்கிறது..!

என்னை விட்டுவிடு..!
எனக்கு துணை யாருமில்லை...!
பெற்றது யாரென தெரியவில்லை...!
என்னை கொடுத்தது யாரென தெரியவில்லை...!

ஏதோ ஒன்று இழுத்துப் போட..
எழுந்து செல்ல என்னால் இயலவில்லை..!
ஐயோ..!..அம்மா நீ எங்கே..?
வலிக்குது..! அப்பா நீ எங்கே..?

என் வலியை போக்க யாரும் வருவார்களா...?
இறையாய் என் உயிரை தருவார்களா...?
சத்தத்துடன் இரத்தம் கொட்ட..
சிவந்த தண்ணீரில் புரளுகிறேன்...

உவன்

ஏதோ ஒன்று என்னை இரனப்படுத்த...
மிஞ்சும் வலியை தாங்க முடியவில்லை...
ஏதோ ஒன்று ஏழெட்டு ஆனது..
இந்த வலியே பாதி உயிரைத் தின்றது..
எல்லாம் வந்தால் ஏழெட்டு ஆகிவிடுவேன்..

உவன்

காதோரம் கடுகு கம்மல்

காற்றோடு தொட்டுப்பேசும் காதல் தென்றலவள்...!
ஓயாமல் தென்றலை திட்டி தீர்த்தேன்...!
என்னவளை தீண்டிட உரிமை யார் கொடுத்தாரென்று...!
வசைகளை தீர கொட்டி தீர்த்தேன்...!

வலப்பக்கம் திரும்பினால் திசைக்காட்டும் கருவி அவள்...!
இடப்பக்கம் திரும்பினால் இமயம் செல்லும் வழி அவள்..!
வானவில் வளையங்களை காதணியில் நான் கோர்ப்பேன்...!
முத்துக்கள் அடுக்கி பூமாலை நான் கோர்ப்பேன்...!

ஏதோ சில பேச்சுகளில் கம்மலில் வசனங்கள்..!
கோவத்தின் உச்சத்திலே பீரோவின் கீழ் உதறல்கள்...!
யார் வாங்கி தந்தாலும் நான் தந்த அட்டை கம்மல் ஆகிடுமா....!
என் விரல் பட்டதும் அட்டையும் தங்கமாகிடுமா...!

வண்ண வண்ணமாய் காதில் வளையங்கள்...!
கட்டியவனாய் என் விரல் தழுவல்கள்...!
வீதியுலா போகையில் ஊரெல்லாம் அவள் பார்வையில்...!
இரவு வந்து விட்டால் என் விருப்பமாய் அவள் கம்மல்கள்....!

கன்னியவள் சிரிப்பிற்கு கம்மலும் சிரித்தது...!
கனம் தாங்கா கோவத்திற்கு கம்மல் என்னை முறைத்தது...!
வண்ணங்கள் போதலையாம் கவலையில் குதித்தது...!
கழட்டி கழட்டி மாட்டுகிறாள் கம்மல் நிதம் தவித்தது...!

கண்ணதாசன் இருந்திருந்தால் கவியில் கம்மலை
தின்றுருப்பான்...!
கவிஞர் வாலி இருந்திருந்தால் கடுகு கம்மலை
சிறப்பித்துருப்பான்..!
பாரதியார் பார்த்திருந்தால் எழுச்சி படைப்பில் ஆழ்த்தியிருப்பான்..!
கார்கவி நானும் பார்த்துவிட்டேன் காதலால் மோத்தமும்
ஆளவந்தேன்...!

குறுதிப் பூக்கள்...

விருப்பத்தில் விதைந்த பூக்கள்..!
விழைந்த நீரில் புரண்ட பூக்கள்..!
அன்பும் தேனும் பிணைந்த பூக்கள்..!
ஆசை வேரில் தளிர்த்த பூக்கள்..!

இயற்கை தள்ளி விழுந்த பூக்கள்...!
அனாதை நிலையை அடைந்த பூக்கள்..!
அப்பன் அள்ளி கொடுத்த பூக்கள்..!
அன்பில் அள்ளி தொடுத்த பூக்கள்...!

அக்காள் தம்பி ஆசை பூக்கள்...!
அறுசுவை அறிந்து வளர்ந்த பூக்கள்...!
அண்ணனின் தங்கையாய் மலர்ந்த பூக்கள்...!
அக்காளின் தம்பியாய் தரித்த பூக்கள்...!

உலக நிலையை அறியாப்பூக்கள்..!
அறிந்து அகிம்சை உணர்ந்த பூக்கள்...!
உத்தமனாய் திகழ்ந்து வென்ற பூக்கள்...!
உத்தமத்தை உணவாய் தின்ற பூக்கள்...!

காலமெல்லாம் கருசணம் நிறைந்த பூக்கள்...!
கட்டியள் கண்ணுக்கு இனிமையான பூக்கள்...!
யாரென்று அறியா சமரசப்பூக்கள்..!
சாக்கடையிலும் மணக்கும் சரித்திரப் பூக்கள்...!

உலகுக்கு நியதியை உரைத்திடும் பூக்கள்...!
உன்னால் வாழ்கிறேன் என கரைந்த பூக்கள்...!
எட்டுத்திசைகளிலும் உச்சுகொட்டும் பூக்கள்...!
ஏலக்காய் வாசனையை பார்த்திடாப் பூக்கள்...!

வறுமையில் வெந்திடும் இளமைப் பூக்கள்...!
ஏழ்மையிலும் சிரித்திடும் வெற்றிப் பூக்கள்...!
உளவியலில் உயர்நிலை அறிந்த பூக்கள்..!
வாழ்வியலில் வசமாக வீழ்ந்தப் பூக்கள்...

அனைத்திலும் இணைந்த ஆண் பூக்கள்..!
அணைத்துமாய் ஆண பெண்பூக்கள்...!
இனிதே இணைந்த இருபால் பூக்கள்...!
இன்றுவரை வெல்லும் குறுதிப் பூக்கள்...!

மூன்றாம் பாலினம்

உலகத்தில் உயர்ந்த இனம்..!
யாரும் எதிர்பார்க்காத இனம்...!
ஆண் மயில் என்று சொல்ல..!
பெண் குயில் என்று சொல்ல..!
ஆரவாரம் பார்த்த இனம்...!

அம்மை அப்பன் உதாசின இனம்...!
இணைந்து பெற்ற பெற்றோர் எட்டி உதைத்த இனம்...!
யாரும் ஏற்றுக்கொள்ளாத இனம்...!
ஏளனமாய் உள்ளங்கள் பார்த்த இனம்...!

சத்தியமாய் சரி தவறு அறியாத இனம்..!
சக்கரை அட்டை பெற இயலாத இனம்...!
சாமர்த்திய சமத்தான இனம்...!
சக நண்பன் விலக்கிய இனம்...!

கவலையில் கடக்கும் இனம்...!
காலடி மண்ணைக்கூட கேவலமாய் பார்த்த இனம்...!
ரேசன் கடைகளில் வரிசையில்லா இனம்..!
கழிவறையில் கதவுகளில் பிரிவு இல்லாத இனம்...!

சாஸ்டாங்கல காலடி பூக்கள்..!
மன அழுத்த வெறுப்பு பூக்கள்...!
ஊருக்கே உழைத்து உறவு வளர்த்த பூக்கள்...!
உள்ளத்தில் வலி கொண்ட மறைத்த பூக்கள்...!
உலி கொண்ட சிற்பியின் வலிப்பூக்கள்...!
புன்னகையில் புவியை ஆள ஆண்- பெண்ணாய் பூக்கள்....!

கருத்துகள்...
கவலைகள்...
ஏக்கங்கள்...
இயல்புகள்...

ஆசைகள்...
ஐக்கியங்கள்...
யதார்த்தங்கள்..
வாழ்த்துகள்...
கண்கள் வலித்து..
கண்கள் துடித்து
ஆசை நேரத்தில்
அனைத்தையும் கடந்து செல்லும்...!
கவலைகளில் பீதாம்பரி அழைத்த ஆண் பூக்கள்...!
தந்தைப் பூக்கள்...!

காற்றின் மொழிகள்

காற்றோடு விளையாடி மொழி அறிந்து கொள்வோம்...!
இருக்கும் மொழிகளில் உன்னதம் நீயே...!
உனை அறிய பல பாடம் அறியவேண்டும் நானே...!
யாரறிந்து சொன்னார் காற்று மொழியில்லை...!

காதலின் சைகைகளில் கவிதை பாடும் காற்றின் மொழி...!
கணவனின் செல்லத்தில் சிகை தழுவிடும் காற்றின் மொழி...!
கட்டாயம் ஈர்த்துவிடும் சுவாசத்தில் காற்றின் மொழி...!
கட்டாந்தரை வாழ்க்கையில் சில்லென கூரைக்காற்றின் மொழி...!

கடற்கரை ஓர நண்டுகளின் மொழி...!
நடமாடும் புல்வெளியில் நடைபாதை மொழி...!
நான் இல்லை நீ இல்லை பொய்யில் பிறந்த மொழி...!
நாய்களின் நல்லுறவின் விசுவாச மொழி...!

ஆற்றங்கரை சலசலப்பின் மொழி...!
சம்சாரம் சமையலில் குரல்மொழி...!
பாத்திரங்கள் பதட்டத்தில் ஒரு மொழி...!
படைப்பாளியின் சிந்தனையில் உதயமொழி...!

மேகக்கூட்டங்களின் உரசலில் மொழி...!
மின்னலின் வெட்டில் மின்னிடும் மொழி...!
சாலையோர பூத்துகுழுங்கும் பூக்களின் மொழி...!
சத்திமில்லாமல் பூக்கும் பூக்களின் மொழி....

அறியாத மொழிகளின் ஆரம்ப மொழிகள்...!
அறிவோம் தமிழில் ஆயிரம் மொழிகள்...!

உவன்

எழுதாத தேர்வு

தேடும் இருளுக்கு   நிலவின் ஒளி..!
எட்டித் தொடும் அலைக்கு நிலா..!
மிஞ்சிய பசியை போக்கும் பூனை..!
கெஞ்சிய யாசகனின் தட்டில் நூறு..!

வெற்றிக்கு தேர்வுகள் அவசியம் இல்லை..!
கேள்விகளில் வாழ்க்கையும் இருப்பதே இல்லை..!
ஆம் எழுதிவிட்டேன் தேர்வை..!
யாரும் காணாத புது விடையை..!

கடல் முழுதும் வெளிச்சம் இல்லை..!
அலை தொலைவில் நிலவின் எல்லை..!
அறிதலும் புரிதலும் வாழ்வியல் தந்திரம்..!
கிடைக்காதது கிடைத்தால் இயல்கையின் மந்திரம்..!

இருக்கும் இடத்தில் இயற்கை வராது..!
எல்லாம் உனக்கென உறுதியாய் தராது..!
உழைத்திடு அனு தினம் விழிப்போடு..!
வெற்றிகள் கிடைத்திடும் உன் கையோடு..!

 முன்னேற்றமில்லாத நேரத்தில் படிகள் நூறு...!
முத்தம் வேண்டிய நேரத்தில் விளக்கு எரிதல்...!
விட்டில்கள் காட்டில் வியப்பான மின்னல்கள்...!
வீசி எறிந்த வலையில் திமிங்கல குட்டிகள்..!

வியப்பான தருணத்தில் கையில் இனிப்பு..!
கவலையின் உச்சத்தில் உப்பில்லாத கண்ணீர்...!
ஊசிகளின் துளையில் உள்ளங்கை ரேகை...!
உறுதியான மனதில் கண்சிமிட்டும் குழந்தை...!

காலத்தை நோக்கி தேர்வை சந்திப்போம்...!
எழுதியும் எழுதாத வாழ்வியல் தேர்வுகளை கடப்போம்....!

நடிப்பு உலகம்

உலகம் உருண்டை அல்ல பொய்கள் நிறைந்த பிரண்டை...!
சிரித்து பேசும் முகங்கள் உண்மையில் சிரிப்பவை அல்ல...!
பொய் மூட்டைகளை சுமக்கும் கழுதைக் கூட்டங்கள்...!
இருளினில் மின்னிடும் சொந்தங்கள் பகலில் பல் அழித்து
செல்கின்றன...!

யாரெல்லாம் உனக்கு முன் நடித்தார்கள்...!
உறவில் உண்மையில்லா நடிப்பு உலகம்...!
உன்னை அறிந்தும் அலட்சியப் படுத்தும் நடிப்பு உலகம்...!

நான் யாரென்று அறியாத உலகமிது...!
நீ யாரென்று அறியாத உலகமிது...!
பணம் நிறைந்தவர. வாசல் தேடும் உலகமிது...!
உன்னை நிரூபிக்க யாருமில்லா உலகம்...!

சத்தியத்தை ஏந்தி பிடிக்கும் உலகமிது...!
சாமர்த்திய சாலிகளின் பிம்பங்கள் நிறைந்த உலகமிது...!
நம்பிக்கை மறந்த நாணய உலகமிது...!
நால்வரிடமும் நெற்றிக் காசு எடுக்கும் உலகம்...!

சுயநலம் பிறந்த உலகமிது...!
சூழ்ச்சிகளின் பிறந்த நாளின் உலகமிது...!
இருளிலும் ஒரு புள்ளி வெளிச்சம் தேடும் உலகம்...!
பகலிலும் பட்டினிகளின் பஞ்சத்தை பரிசிலாய் பெறும் உலகம்..!

ஏற்காத சமாதானம் எல்லின் விலைக்கு சமம்....

வாழ்வில் கடந்து செல்வது எளிது...!
கடந்து கொண்டே செல்வது மிகக் கடினம்...!
எத்தனை அன்பை கொட்டி தீர்த்திருப்போம்....!
எத்தனை கோவங்களை அடக்கி ஆண்டிருப்போம்...!
எதற்காக இவைகளெல்லாம் என யோசிக்கும் நிலைகள்
பலவுண்டு...!

குடும்ப நிகழ்வுகள் இன்பத்தையும் ஆழ்த்தும்,அதை மீறிய
துன்பத்தையும் ஆழ்த்தும்...!
தூது செல்லும் குருவி இரையை பார்த்து மறந்த கதை அதிகம்...!
யார் வேண்டும் என்று அறியாத உயிர்கள் நிறைந்த சாலை
வாழ்க்கை...!
நிறுத்தம் வாழ்வை உடனேயும் ஏற்றிவிடும்,தாமதத்தை
பரிசளிக்கும்...!

உயிர் கொடுத்த அப்பனாயினும்...!
உடல் கொடுத்த அம்மையாகினும்..!
உடன் வாழும் துணையாயிலும்...!
தனிமை என்று சிறப்பாகிடும்....!
சகித்துக்கொண்டு போக தூண்டிலில் தடவப்படும் நிரந்தர பசை
சமாதானமாகிறது...!

எத்தனையோ மனநிலை மாற்றங்கள்..!
எத்தனையோ
மாறாத மனதாபங்கள்...!
யார் இதை தெளிபடுத்துவார்...!
யாருக்காக இதை சரிசெய்ய வேண்டும்...!

ஏற்றுக்கொள்ளாத வரை உண்மை கிடப்பில் கிடக்கும்
விறகுகளே..!
அதிலும் மாரியில் நனைந்த நழுத்த நிலைகளே....!
உயிர் அளவுக்கு இறங்கி போகலாம்...
உயர்வானவரிடம் இறங்கி போகலாம்...
உற்றத் துணையிடம் இறங்கி போகலாம்...
எல்லாம் உற்றதாக மாறிவிடுமா...!

அன்புள்ள ஆசானுக்கு..!

வணக்கங்கள் கோடி சொல்வேன் ஆசானுக்கு..! //
முட்டாளை பிறந்தவனுக்கு முதுகலை கொடுத்ததற்கு //
கேளிக்கை பேசியவர் முன் பட்டங்கள் சிறப்பதற்கு //
சாகச பிள்ளைகள் எனக்கு இனி பிறப்பதற்கு //

அன்புள்ள ஆசானே ஞாபகம் உள்ளதா //
அரசியில் 'அ' சொல்லியது ஞாபகம் உள்ளதா //
ஐந்தாவது படிக்கும் வரை அறை ஆசான் நீ ஞாகபம் உள்ளதா //
ஐந்து வரை அளவுகோலில் அடி ஞாபகம் உள்ளதா //

தமையனும் தமக்கையும் உன் அறிவு விதை //
ஆயுள்வரை குறையாத அறிவே விதை //
அப்பன் அம்மை அறிவினை கூர்தீட்டி விட்டாய் //
ஆயிரம் பரிசில் பெற அன்பாய் கற்று தந்தாய் //

ஆலமர ஓரத்தில் ஏழாம் வகுப்பு பயின்றேன் //
வேப்ப மர நிழலில் ஏப்பம் விட்டேன் எட்டாவதை //
இலக்கிய பாடத்தில் இதுவரை தோற்றதில்லை //
தேற்றினாய் என்னை முழுதும் அறிவு ஊற்றினாய் //

நலமா வளமா மதிப்பிற்குரிய ஆசானே //
மூக்கு கண்ணாடி சுகம் தானா ஆசானே //
கைத்தடி பிடித்ததா கேள்வி கொண்டேன் //
என் மகன் உன் கற்றல் பெற விழைகின்றேன் //

அந்த மூலை வகுப்பறையில் வினாவிடை ஞாபகங்கள் //
வருகை பதிவேட்டில் வராத நாட்களின் நினைவுகள் //
யாரெல்லாம் உன் புகழ் அறிந்தார்கள் //
உனது கற்றலில் புத்தகங்கள் புரிந்தேனே //

பூங்காவின் நாற்காலி

போதுவான இடம் கிடைத்து விட்டது...!
பொருத்தமான இடம் பார்த்து மக்கள் அமர்ந்து விட்டது...!
யார் அங்கே விளக்கின் கீழ்..!
யார் அங்கே புதரின் பின்..!

யார் அங்கே பிள்ளைகளின் அரட்டையில்...!
யார் அங்கே யாருமில்லாமல் கண்ணீர் அருவியில்..!
யார் அங்கே வாட்ச்மேன் அருகில்..!
யாருமில்லை இதுவரை என் அருகில்..!

விட்டில்களுக்கு சொந்தமாக விளக்கு கிடைத்தது...!
கொட்டிய மணல் முட்டுகளுக்கு குழுந்தைகள் நிறைந்தது..!
காந்தி சிலைக்கு விளக்கு இல்லாமல் போனது...!
கடைசி இருக்கையில் காக்கைகளில் எச்சம் நிறைந்தது...!

தடிபிடித்த தாத்தாவின் துணை வெற்றிலை குதப்பலில்...!
பஞ்சாங்க மேதைகளின் நாற்காலி அபகரிப்பில்...!
நடைபாதை குழந்தைகளின் அபகரிப்பில்...!
பச்சை வண்ண இலையும்,சிவப்பு பூக்களும் பூப்பு...!

எழுத்தாளன் கற்பனைகளில் ஒரு பக்கம்...!
எடுத்தெறுந்து பேசும் கணவன் பேச்சுக்கள் ஒரு பக்கம்...!
காதல் மழை சாரல்கள் ஒருபக்கம்..!
கடந்த பாதையை பேசும் முதியவர்கள் ஒரு பக்கம்...!

கனவுகளில் நிறைந்த மனங்களின் நிறைவு...!
காரணமில்லாத கடவு சொல் மாந்தர்கள் பலர்...!
கவலைகள் மறந்திட காலடி வைத்தவர் பலர்...!
காதல் சேர,மறைய காலடி வைத்தவர் பலர்...!
இன்பம் கொள்வோம் இனிய பூங்கா நிழல்களில்....!

ஆறாம் விரல்

குனிந்து நகம் வெட்ட மறந்துவிட்டேன்/
கண்ணால் கண்டதை எல்லாம் கொட்டி தீர்த்தேன்/
கானலையும் தாகத்திற்கு கையில் கொடுத்தேன்/
காட்டாறு நிரம்பியதும் ஒரு சுழியல் அணை செய்தேன்/

சிக்காத மீன்களை தூண்டிலில் அழகாய் கோர்த்தேன்/
அனாதையின் விக்கலுக்கு அமிர்தமாய் அன்னை கொடுத்தேன்/
காதலுக்கு அழவின்றி கரம்பிடிக்க வாழ்வு தந்தேன்/
தடம் மாறிய காதலுக்கு இலகுவான வழி செய்தேன்/

கடவுளையும் இல்லை என்று சொல்லி தீர்த்தேன்/
இருந்தாலும் போதும் என சொல்லில் கோர்த்தேன்/
வானவில்லில் புது வண்ணம் நான் செய்தேன்/
மின்னல் இடியை வரிசையாக்கி மழை தின்றேன்/

உண்மையிலும் உண்மையென்று பொய்யை ஏற்றேன்/
புலன் எல்லாம் நொடிந்துவிட உண்மை அண்டம் சேர்த்தேன்/
கடலையும் மலையையும் வாடகை பெற்றேன்/
வந்து செல் என்றுகூறி வளர்பிறைக்கு ஆடை நெய்தேன்/

அம்மையப்பர் படைத்து விட்டார்/
அயராது கல்வி கொடுத்து விட்டார்/
ஆசையை துறக்க மரம் செய்தார்/
விழுந்த இலையில் நாதம் செய்து தந்தார்/

வாழ்க்கையில் பல இன்னல் உண்டு/
ஏனடா எனும் நிலையும் உண்டு/
என்னை போல் நீயும் மை நிரப்பி வை/
ஐந்து விரல்களை இணைத்திடும் எனது ஆறாம் விரலுக்கு

தேசிய கல்வி தினம்

காலம் காலமாய் பயிலா கூட்டத்தில் பிறந்தேன்..!
பட்டம் பெற்றவரை பார்த்து பார்த்து கரைந்தேன்..!
பாத்திரம் கழுவ ஆட்கள் தேவை..!
பணிப் பெண்ணுக்கு ஆட்கள் தேவை..!

மூட்டைத்தூக்க ஆட்கள் தேவை..!
முணியாதவர்களை பார்க்க ஆட்கள் தேவை..!
கடினமான வாழ்க்கையில் கல்வி பொன்னியரிசியானது..!
கடந்து செல்கிறேன்
கஞ்ச மனதில் சொல்லியே...!

கந்தல் துணி எப்பொது சீருடையாகும்..!
பல்பழும் சிலேட்டும் எப்போது என் கை சேரும்..!
பால் கொடுக்கும் வீட்டில் பழகிபோனது வாய்ப்பாடு..!
பாத்திரம் கழுவிவிட்டு கற்றுகொண்டேன் கணக்கீடு..!

காமராசர் மீண்டும் பிறக்க வில்லையா..!
சாமானியன் கல்வி பெற வழியில்லையா..!

அனைத்து பணியை முடித்துவிட்டு..!
அயர்ந்து திண்ணை அமரும் பொழுது..!
அடுத்த வீட்டு அண்ணனுக்காக வாங்கிய பேப்பரில்..!
கொட்டை எழுத்தில் பொறித்த சொற்கள்..!
தேசிய கல்வி தினம்...!
போற்றிட போற்றுவோம்...!
சிரித்து கொண்டே அடுத்த பணி தொடர....!